घरट्याबाहेर

वि. स. खांडेकर

मेहता पब्लिशिंग हाऊस

GHARTYABAHER by V. S. KHANDEKAR

घरट्याबाहेर : वि.स. खांडेकर / कथासंग्रह

Email : author@mehtapublishinghouse.com

© सुरक्षित

मराठी पुस्तक प्रकाशनाचे हक्क मेहता पब्लिशिंग हाऊस, पुणे.

प्रकाशक : सुनील अनिल मेहता, मेहता पब्लिशिंग हाऊस,
१९४१, सदाशिव पेठ, माडीवाले कॉलनी, पुणे - ४११०३०.

मुखपृष्ठ : पल्लवी आपटे

प्रकाशनकाल : १९४१ / १९४४ / जानेवारी, १९९७ / डिसेंबर, २००६ / मार्च, २०१४ / ऑगस्ट, २०१६ / पुनर्मुद्रण : ऑगस्ट, २०१७

P Book ISBN 9788171616442
E Book ISBN 9789386342577
E Books available on : play.google.com/store/books
www.amazon.in/b?node=15513892031

माझे आवडते नाटककार
कै. गो. ब. देवल
व
कृ. प्र. खाडिलकर
यांस

एक संदेश

'देणे आणि दुखणे कुणालाही नको असते' ही म्हण फार जुनी आहे. या म्हणीला अपवाद असणाऱ्या असामान्य लोकांत मी माझी गणना कधीच करीत नाही, पण देण्यादेण्यांत आणि दुखण्यादुखण्यांतसुद्धा फरक असतोच की! मलेरियाचा १०५ डिग्री ताप सोसायला मी तयार होईन, पण रात्रभर डोळा न लागू देणारा— किंबहुना माणसाला कोणत्याही स्थितीत क्षणभरही स्वस्थ बसू न देणारा— दमा माझ्या दारात येऊन उभा राहिला, तर मी त्याला हात जोडून म्हणेन,

'बाबा, तू रे कशाला आलास? तुझ्याऐवजी एखादा यमदूत आला असता, तरीसुद्धा मी त्याचं आनंदानं स्वागत केलं असतं!'

जी गोष्ट दुखण्यांची, तीच देण्याची. काही काही गोष्टी देणे फार सोपे असते. उदाहरणार्थ- शिव्या आणि उपदेश. या दोन गोष्टींपेक्षा व्याख्यान देणे थोडे कठीण असले, तरी हल्ली पुष्कळांना ते थोडेफार साधते; मात्र याच्यापुढले दान देण्याचा प्रसंग आला, की बहुतेकांची बोबडी वळते आणि 'गांडीवं स्त्रंसते हस्तात् त्वक्चैव परिदह्यते' अशी अर्जुनासारखी स्थिती होऊन ते माघार घेऊ लागतात. ते दान म्हणजे पैसे देणे.

पण द्रव्यदान हीच व्यवहारातल्या दानाची अंतिम सीमा आहे, ही कल्पना अलीअलीकडे मला पटेनाशी झाली आहे. पैसे देण्यापेक्षाही अधिक अवघड अशी एक गोष्ट जगात आहे! ती म्हणजे संदेश देणे. शाळा-कॉलेजांत किंवा मोठमोठ्या समारंभांस प्रमुख पाहुणा स्वाक्षरी आणि संदेश यांच्या मागण्यांनी सध्या अगदी बेजार होऊन जात असतो. शेकडो मुलामुलींना स्वाक्षरी देऊन फार तर हात दुखू लागेल आणि फाउंटन-पेनमधली शाई खलास होईल, पण या सर्व लोकांना संदेश देणे म्हणजे—

अशावेळी भक्तांनी चौफेर वेढलेले काही साधू वेड्यासारखे वर्तन का करतात, याची पूर्ण कल्पना येते!

संदेश देणे खरोखरीच इतके सोपे काम आहे का? संदेश हे अलौकिक जीवन-वृक्षाचे अमृत-मधुर शेंडेफळ असले पाहिजे. असल्या फळाची अपेक्षा बाभळीपासून अगर पोफळीपासून करणाऱ्या माणसांना काय म्हणावे, हे—

त्यांना काही म्हणण्यापेक्षा आपणच संदेश न देण्याचा सत्याग्रह करणे अधिक इष्ट.

हा सत्याग्रह बहुधा यशस्वी होतो, पण काल माझ्या घरी स्वाक्षरीकरिता

आलेल्या एका मुलीने संदेशाचा इतका विलक्षण हट्ट धरला— 'संदेश घेतल्याशिवाय मी जाणार नाही' अशी सत्याग्रहाची भाषा बोलू लागली ती. आपल्या अग्न्यस्त्रावर विरुद्ध पक्षाने पर्जन्यास्त्र सोडावे, तशी माझी स्थिती झाली. मी मुकाट्याने माझी प्रतिज्ञा मोडली आणि तिच्या स्वाक्षरीच्या पुस्तिकेत लिहिले : घरट्याबाहेर पडा.

तिने या शब्दांवरून नजर फिरविली मात्र! लगेच ती माझ्याकडे आश्चर्याने पाहू लागली. तिची दृष्टी म्हणत होती,

'असला कसला हा संदेश, बाई!'

ती निघून गेल्यावर मलाही वाटले— तिला दुसरा एखादा संदेश दिला असता, तर बरे झाले असते. एखादे सुभाषित किंवा एखाद्या सुंदर कवितेच्या दोन ओळी—

पण असल्या गोड गोष्टी सुचण्यासारखी त्यावेळी माझी मन:स्थितीच नव्हती, त्याला मी काय करणार? 'घरट्याबाहेर' या कथासंग्रहाच्या सर्व गोष्टी मुद्रणाकरिता पाठविण्यासाठी मी नुकत्याच वाचून संपविल्या होत्या. एखाद्या गाण्याचे सूर कानांत घुमत असावेत, त्याप्रमाणे माझ्या मनात एकसारखा एकच प्रतिध्वनी उमटत होता : 'घरट्याबाहेर, घरट्याबाहेर'! या संग्रहातील प्रत्येक गोष्ट लिहिताना माझ्या मनात ज्या विचारांच्या नि भावनांच्या लाटा उसळल्या होत्या, त्यांचा कल्लोळ मी पुन्हा पाहत आहे, असे मला वाटले. निरनिराळ्या वेळी निरनिराळ्या दृश्यांनी व अनुभवांनी या कथांची बीजे माझ्या मनात सहजासहजी टाकली असतील, पण काल या सर्व कथा एका बैठकीत वाचून मला वाटले— या विविध कथांना एकत्र गुंफणारे एक अदृश्य सूत्र आहे. ते सूत्र हेच आजच्या आपल्या समाजाचे ब्रीदवाक्य व्हायला हवे. तो एकच शब्द गुलामगिरीच्या गर्तेत पडलेल्या या चाळीस कोटींच्या राष्ट्राला स्वातंत्र्याच्या शिखरावर नेऊन बसविण्याला समर्थ होईल! तो शब्द 'घरट्याबाहेर' हा होय.

घरटे म्हटले की, उंच झाड नि त्याच्यावरले पाखरांचे चिमणे घरकुल उभे राहते. त्या घरट्यात एकमेकांच्या कुशीत झोपणाऱ्या पिलांचे चित्रही मनात रमणीय वाटते. पण—

पण हेच घरटे संकुचितपणाचे, वैयक्तिक सुखासीनतेचे आणि सामाजिक दृष्टीच्या अभावाचे प्रतीक आहे. नाही का? आपल्या हिंदी समाजाच्या मध्यमवर्गाच्या मनाचे चित्र काढायला मला कुणी सांगितले, तर मी एक सुंदर घरटे काढीन. त्या घरट्यात मऊ मऊ कापूस आणि सुंदर सुंदर गवताच्या काड्याही मी दाखवीन. पण या घरट्यात जी पाखरे असतील, ती मात्र भीतभीतच दूरच्या क्षितिजाकडे पाहतील आणि दूरवर दिसणाऱ्या अमृत-फळापेक्षा जवळ दिसणाऱ्या साध्या फळांकडेच ती उडत जातील. उडतानासुद्धा ती आकाशात भराऱ्या मारणार नाहीत, तर पंख कापलेल्या पाखरांप्रमाणे ती कशीबशी त्या फळांकडे जातील.

ही कल्पना थोडीशी विचित्र असली, तरी—
सत्य कल्पनेहूनही विचित्र असते!

आपल्या मध्यमवर्गाचे पहिले ब्रीदवाक्य काय आहे? सुखी संसार! नवरा राजा, बायको राणी आणि या राज्यात संततिनियमनाच्या साधनांची ओळख झाली असल्यास दोन-तीन, नाहीतर सात-आठ राजपुत्र व राजकन्या! यापलीकडच्या धडपडणाऱ्या आणि तडफडणाऱ्या जगाविषयी सुखाने संसार करणाऱ्या या लोकांपैकी कितीकांना जिव्हाळा असतो? आपल्याइतकीच सुशील आणि सद्गुणी माणसे आर्थिक विषमतेच्या खाईत होरपळत आहेत नि पशूहूनही वाईट असे जिणे कंठीत आहेत, हे आपल्या उबदार घरट्यात चोचीत चोच घालून प्रेम-समाधीत गुंग होणाऱ्या सुखवस्तू लोकांना कसे कळणार? 'घरट्याबाहेर' व 'दरी आणि डोंगर' या दोन गोष्टी याच अनुभवावर आधारलेल्या आहेत.

'पहिला दोहरा' या गोष्टीत मध्यमवर्गाच्या कुटुंबात प्रीतीला आसक्तीचे स्वरूप कसे आलेले असते आणि खालच्या वर्गात परिस्थितीच्या प्रभावामुळे तीच प्रीती भक्तीचे स्वरूप कसे धारण करते, याचे चित्र आढळेल.

आपले घर हेच जग मानण्यात जो प्रतिगामी दृष्टिकोन व्यक्त होतो, तोच देव आणि धर्म यांच्यावर अंधश्रद्धा ठेवण्यानेही होतो. गांधारीच्या पोटी आलेल्या दुर्योधन-दुःशासनाप्रमाणे या अंधश्रद्धेच्या पोटी अनेक अरिष्टे जन्माला येतात. दैववाद, जातिभेद, अस्पृश्यता ही समाजाचा बुद्धिभंग करणारी आणि राष्ट्राचे रक्त शोषणारी सारी अपत्ये देवावरल्या अंधश्रद्धेचीच आहेत. 'घरट्याबाहेर'च्या जगाकडे पाहताच भयभीत होऊन दुबळ्या पाखरांनी ज्याप्रमाणे घरट्यांचा आश्रय करावा, त्याचप्रमाणे आजच्या जगातली भौतिक प्रगती आणि यांत्रिक चमत्कार पाहून भांबावलेल्या हिंदी समाजाच्या बुद्धीला आस्तिकतेच्या घरट्यातली ऊबच अधिक बरी वाटते. पण आजच्या जगाच्या शर्यतीत आपल्या राष्ट्राला मागे पडायचे नसेल, तर क्षणाचाही विलंब न लावता त्याने या घरट्याबाहेर पडले पाहिजे. 'प्रार्थना', 'देवदूत' व 'पांगळ्याचे दुःख' या गोष्टींत आजच्या सामाजिक जीवनाची ही बाजू चित्रित केलेली दिसून येईल.

स्त्री-पुरुषांच्या प्रेमाविषयी आणि त्यांच्या सामाजिक व्यवहाराविषयी परंपरागत संकुचित कल्पना हेही आजच्या मध्यमवर्गाचे एक आवडते घरटे आहे. एक पुरुष आणि एक स्त्री हसत-खेळत असलेली दिसली, की ती पतिपत्नी नसून व्यभिचार करणारी उडाणटप्पू माणसेच असली पाहिजेत. प्रेमाच्या मार्गात भोग हीच मोहाच्या

पुढली पायरी आहे, शरीरविक्रय करणाऱ्या वेश्येला अंतःकरण असणे हे फणसाला फूल येण्याइतकेच अशक्य आहे, इत्यादी कल्पना कवटाळून बसलेले लोक मध्यमवर्गातच अधिक आढळतात. जुन्या सनातन टीकाकारांच्या चश्म्यातूनच ते जीवनाच्या या महत्त्वाच्या अंगाकडे पाहत असतात. पण याबाबतीत त्यांची दृष्टी किती संकुचित व सदोष असते, हे 'दुसरी बायको', 'सरस्वती' आणि 'अनामिका' या गोष्टींत सूचित केले आहे.

एखाद्या पाखराने धीर करून आपल्या घरट्याबाहेर पडावे, पण बाहेरच्या सोसाट्याच्या वाऱ्याला भिऊन पहिल्या घरट्यापेक्षाही अधिक संकुचित अशा दुसऱ्या घरट्याचा आश्रय करावा, त्याप्रमाणे संक्रमणकाळात मध्यमवर्गातल्या उथळ मनाच्या माणसांची स्थिती होते. जुन्या रूढिग्रस्त वैयक्तिक जीवनाचा त्यांनी त्याग केला, तरी नव्या बुद्धिवादी त्यागपूर्ण सामाजिक आयुष्यक्रमाचा स्वीकार ती करू शकत नाहीत. त्यांचा दुबळेपणाच त्यांना नडतो. प्रवाहाविरुद्ध पोहायला जी विशिष्ट शक्ती अंगी असावी लागते, ती नसल्यामुळे ही माणसे प्रवाहपतित होतात. सामाजिक जीवनाचा मुख्य आधार भावनाशीलता हा आहे. पण वैयक्तिक सुखाच्या मागे लागल्यामुळे त्यांचा हा आधारच सुटतो आणि जास्तीत जास्त चैन करणाऱ्या श्रीमंत बाहुल्या, एवढेच त्यांचे जगाच्या दृष्टीने अस्तित्व उरते. 'पतित' या गोष्टीत हे चित्र मी रेखाटले असून, असल्या दुबळेपणातून बाहेर पडण्याचा प्रयत्न करणाऱ्या तरुण-तरुणींचे चित्रण 'स्वप्न आणि जीवन' व 'नवे जग' या गोष्टींत केले आहे. ज्या नव्या जगाकडे आपण चाललो आहो, त्यात खोल भावनांना उच्च मानाचे स्थान निश्चित आहे, पण स्वप्नाळूपणाला मात्र तिळभरसुद्धा जागा नाही.

मध्यमवर्गाच्या मानसिक विकासाच्या आड येणारी ही जी विविध घरटी आहेत, त्यांच्यातून बाहेर पडलेल्यांची एक कथा या संग्रहात आहे. 'भग्नमूर्ती' या कथेच्या नायकाने कौटुंबिक सुखाच्या घरट्यातून सामाजिक सुखाच्या क्षितिजापर्यंत उड्डाण केले आहे, हे कुणालाही नाकारता येणार नाही. समाजसेवेच्या मार्गापेक्षा तो मार्ग चोखाळायला लागणारे धैर्य व त्याग याच महत्त्वाच्या गोष्टी असून, त्या अजून आपल्या समाजात दुर्मीळ आहेत. मिशनरी लोकांची इस्पितळे व शहरातले हिंदी डॉक्टरांचे शेकडो खासगी दवाखाने यांची तुलना केली, म्हणजे अजून आपले सामाजिक मन किती निद्रित आहे, याची पूर्ण कल्पना येते.

'भग्नमूर्ती' या कथेतला नायक 'काशिनाथ' हा आजच्या विचारशील तरुणांचा प्रतिनिधी आहे. त्याचे सामाजिक मन जागृत झाले आहे. प्रीती ही आयुष्यातली

अत्यंत आनंदाची गोष्ट असली, तरी तिच्यासाठी मनुष्याने आपल्यातील माणुसकी कमी करून घ्यावी, इतकी काही तिची किंमत नाही, हे तो ओळखतो. कर्तृत्व— सामाजिक कर्तृत्व— हेच आजच्या आणि उद्याच्या तरुण पिढीचे ध्येय आहे. ज्या ज्या गोष्टी या कर्तृत्वाच्या आड येतील— त्या त्या लाथाडून पुढे गेल्याशिवाय त्यांच्या प्रगतीचा मार्ग मोकळा होणार नाही.

पंख न फुटलेल्या चिमुकल्या पाखरांचे घरटे रक्षण करते, पण पंख फुटलेल्या पाखरांना तेच घरटे पिंजऱ्यासारखे होते. कुटुंब, घर, देव, धर्म, प्रेम, शिक्षण, शेती, उद्योग-धंदे इत्यादिकांविषयींच्या हिंदी समाजाच्या आजच्या कल्पनांचीही हुबेहूब हीच स्थिती आहे. मानवजातीच्या बाल्यात या सर्व कल्पना सुंदर होत्या; इतकेच नव्हे, तर समाजाचे संरक्षण करण्याचे आणि सामर्थ्य वाढविण्याचेच काम त्यांनी केले आहे. पण विसाव्या शतकाच्या मध्यभागी येऊन पोहोचलेल्या आणि यंत्रयुग व युद्धयुग यांच्या चक्रव्यूहात सापडलेल्या आजच्या समाजाला या जुन्या कल्पनांचा काडीमात्र तरी उपयोग आहे का? आमच्या जुनाट कुटुंबपद्धतीमुळे तरुणांची महत्त्वाकांक्षा सहसा प्रज्वलित होत नाही. वडिलोपार्जित मिळकतीचा पांगुळगाडा घेऊनच संसारमार्ग आक्रमण करण्याचेच बहुतेकांचे धोरण असते. त्यामुळे सदोष शिक्षणपद्धती व वाढती बेकारी यांच्या कात्रीत सापडलेली तरुण मंडळी ऐतखाऊपणा, भटकेपणा आणि रिकामी बडबड यांच्यापलीकडे काहीच साध्य करू शकत नाहीत. असल्या अनेक लोकांचा भार अंगावर घेणाऱ्या पुरुषाचे कर्तृत्व कुटुंबाचे अन्नछत्र चालविण्याच्या कामातच खर्ची पडते. सुरक्षित स्त्रियांनाही लग्नानंतर याच कौटुंबिक घाण्याला जुंपून घ्यावे लागते. जेवणाच्या वेळा, जेवणाचे पदार्थ, जेवण तयार करण्याची पद्धती या आमच्या साऱ्या गोष्टी अद्यापिही सनातन मार्गानेच— जणू काही पेशवाई चालू आहे, अशा कल्पनेने चालल्या आहेत. त्यामुळे एखाद्या सावकाराने व्याज म्हणून सारे धान्य नेल्यामुळे शेत पिकवूनही शेतकरी जसा उपाशी राहतो, तशी मध्यमवर्गातल्या बुद्धिवान व कर्तृत्ववान तरुण-तरुणींची सध्या स्थिती झाली आहे. त्यांची बुद्धी घराच्या पिंजऱ्यात अडकून पडली आहे. त्यांचे कर्तृत्व कुटुंबाच्या तुरुंगापलीकडे सहसा जाऊच शकत नाही!

कुटुंबाकडून देवाकडे वळले, तरी तोच अनुभव येतो. पंढरीच्या आषाढी-कार्तिकीच्या यात्रांना हजारो वारकरी दरवर्षी जातात— अगदी कर्ज काढून जातात! पण त्या कर्जाचे जबर व्याज भरण्याचा प्रसंग येतो, तेव्हा दामाजीपंतांसाठी विठू महार होऊन भल्यामोठ्या रकमेची भरपाई करणारा विठ्ठल एकाच्याही मदतीला धावून येत नाही! देवभक्ती हा एक दुबळ्या मनाचा दुःख विसरण्याचा मार्ग आहे!

पण कुठलीही दु:खे विसरून दूर होत नाहीत— ती झगडून— प्रसंगी लढून दूर करावी लागतात. आमच्या आजच्या वाङ्मयात माजलेले प्रणयाचे स्तोम आणि त्याचे कामुकतेला उत्तेजन देणारे चित्रण यांचेही मूळ या दु:ख विसरण्याच्या कल्पनेतच आहे. शिपायांनी पोवाड्याऐवजी लावण्या म्हणून लढाईपूर्वीची रात्र सुखात काढल्याचा भास उत्पन्न करून घ्यावा, तशातला हा प्रकार वाटतो.

दलित वर्गांना आपल्या परिस्थितीचे बरोबर आकलन करता येत नसले, तर त्यांना अज्ञान, दारिद्र्य व परंपरागत संस्कार या गोष्टी कारणीभूत आहेत, असे म्हणता येईल. पण मध्यमवर्गसुद्धा अजून या परिस्थितीकडे पाठ फिरवून उभा आहे— राजकीय व सामाजिक सुधारणेच्या गोष्टी तो तोंडाने बोलत असला, तरी वस्तुस्थितीकडे तो डोळेझाक करीत आहे— शिक्षण, कुटुंबव्यवस्था, संपत्तीची वाटणी, स्त्री-पुरुषांचे संबंध इत्यादी बाबतींतला जुना मार्ग खाचखळग्यांनी भरलेला असून, समाजाच्या गाड्याला त्यामुळे पदोपदी भयंकर धक्के बसत आहेत, हे जाणूनही नव्या पाऊलवाटेकडे त्याचे पाय वळत नाहीत— याचे एकच मुख्य कारण आहे!— घरट्याबाहेर न पडण्याची वृत्ती— वैयक्तिक जीवनाची आसक्ती, सामाजिक जीवनाविषयीची उदासीनता.

—आणि म्हणूनच कुणालाही कसलाही संदेश देण्याची आपली पात्रता नाही, हे ठाऊक असतानाही काल त्या मुलीला मी जे वाक्य लिहून दिले, ते अतिशय अर्थपूर्ण होते, असे मला वाटते. 'घरट्याबाहेर पडा' हा नुसता एक संदेश नाही. आजच्या परिस्थितीत ज्याची अत्यंत आवश्यकता आहे, असा एकच संदेश आहे तो! तानाजी पडल्यानंतर कोंडाण्यावरून मावळे जेव्हा पळू लागले, तेव्हा सूर्याजीने सारे दोर कापून टाकून त्यांना पळून जाणे अशक्य करून सोडले. आज महाराष्ट्र— नुसता महाराष्ट्रच नाही, तर सारा भारत— त्याच स्थितीत आहे. जीवनाचे सर्व जुने आधार कापले गेले आहेत. आता मागे वळायला किंवा पळायला जागा नाही. 'कोंडाण्या'वरच लढायचे आणि तो जिंकून त्याचा 'सिंहगड' करायचा, एवढेच काय ते आता आम्हाला शक्य आहे. ही भविष्यकाळातली शक्यता भूतकाळात विलीन झालेली— इतिहासाच्या पूजेचा विषय झालेली— पाहण्याचे भाग्य माझ्यासारख्याला लाभेल का?

खासबाग, कोल्हापूर,
१-३-४१

वि. स. खांडेकर

अनुक्रमणिका

घरट्याबाहेर

राजारामाने दचकून डोळे उघडले. आपल्याला दचकून जागे व्हायला काय कारण झाले, हे मात्र त्याला कळेना! त्याला वाटले, आपल्याला एखादे भयंकर स्वप्न पडले असावे. त्याने खूप खूप आठवण करून पाहिली. पण वादळात जहाजाने जलसमाधी घ्यावी, त्याप्रमाणे ते स्वप्न मनाच्या नेणिवेत कुठल्या कुठे नाहीसे झाले असावे, असे त्याला वाटले. तो स्वत:शीच हसला. त्याचे मन म्हणत होते,

'जहाज फुटलं, तर त्याचा तुकडा तरी किनाऱ्याला लागतो; पण ते बुडालं, म्हणजे मग...'

त्याने उजवीकडे वळून पाहिले. त्याच्या आणि कालिंदीच्या मध्ये झोपलेली अरविंदाची स्वारी लोळत लोळत भिंतीपाशी गेली होती.

त्याने हलक्या हातांनी अरविंदाला उचलून बिछान्यावर ठेवले आणि त्याच्या अंगावर चादर आणि रग घातला.

लगेच त्याची दृष्टी कालिंदीकडे गेली. फार दिवसांनी घराच्या खिडकीतून चंद्रकोर दिसावी किंवा अंगणात मोगरीची वेल अकस्मात फुलावी, तशी निद्रित कालिंदीला पाहून त्याच्या मनाची स्थिती झाली!

वर्षानुवर्षे त्याच्या अंगवळणी पडलेला सकाळचा कार्यक्रम अगदीच निराळा होता... कालिंदीने स्वयंपाकघरात पेटविलेल्या स्टोव्हचा आवाज आला, की राजारामाने या कुशीवरून त्या कुशीवर व्हायचे; आधण किटलीत ओतून कालिंदी त्याला उठवायला आली, की याने डोळे उघडायचे आणि मग दोघांचे काहीतरी मौजेचे बोलणे झाल्यावर राजारामाने चूळ भरण्याकरिता अंथरुणावरून उठायचे! त्यांच्या त्या ओझरत्या बोलण्यावरूनसुद्धा नवराबायकोंचे एकमेकांवर किती प्रेम आहे, हे कुणालाही सहज दिसून आले असते.

कालिंदी थट्टेने म्हणायची,

"बाजारात तर साखर महाग होत चाललीय! पण इकडची साखरझोप काही कमी होत नाही अजून!"

राजाराम उत्तर देई,

"ती कधीच कमी होणार नाही. युरोपात महायुद्धच काय; पण अतियुद्ध झालं, तरी आमची साखर संपायची नाही!"

"ती कशी?" म्हणून कालिंदीने प्रश्न केला, की राजाराम तिला जवळ ओढून तिच्या ओठांकडे स्निग्ध दृष्टीने पाहत म्हणे,

"द्रौपदीच्या स्थालीतून हवं तेव्हा, हवं तेवढं अन्न निर्माण होत असे ना? तुझे ओठही तसेच आहेत! त्यातून हवी तेवढी साखर..."

राजारामाचे बोलणे इथपर्यंत आले की, अरविंद नि शशी गाढ झोपले असले, तरी कालिंदी म्हणे,

"अरू जागा होतोय वाटतं! त्यानं हे ऐकलं तर..."

राजाराम हसत हसत उत्तर देई,

"ऐकलं, तर ऐकलं! काय कळणार आहे लेकाला त्यात?"

ही किंवा अशीच काहीतरी गोड थट्टा करीत करीत अंथरुणावरून उठायची राजारामाला पाच-सहा वर्षे सवय लागली होती. यामुळे अंथरुणावर गाढ झोपी गेलेल्या कालिंदीची मूर्ती पाहून आपण स्वप्नात तर नाही ना, असे त्याला क्षणभर वाटले. एखाद्या अरण्यात वाट फुटेल तिकडे जाणाऱ्या प्रवाशाला एखाद्या जाळीच्या आड निजलेली वनदेवता दिसावी, तशी ती दिसत होती!

आपल्याला एकदम जाग येण्याचे कारण आता कुठे राजारामाच्या ध्यानात आले. कालिंदी आपल्या मावसबहिणीच्या लग्नाकरिता दुपारच्या गाडीने आठ-दहा दिवस गावाला जाणार होती. लग्न झाल्यापासूनच्या सहा वर्षांत एवढ्या दीर्घ विरहाचा हा दुसरा प्रसंग राजारामावर आला होता. पहिला, लग्न झाल्यानंतर एक महिन्याने कालिंदीची मावशी तिला घेऊन गेली होती, तो! त्यावेळी विरहाचे ते दहा दिवस त्याला दहा वर्षांसारखे वाटले होते. मग आताचे दहा दिवस त्याला दहा युगांसारखे वाटू लागल्यास त्यात नवल कसले? रात्री कालिंदी खुंटीला टांगून ठेवलेल्या दिव्याची वात बारीक करीत असताना राजारामाने तिला प्रश्न केला होता,

"फक्त आठ दिवस तिकडं राहायचं! आठ, म्हणजे आठच हं!"

"आणि मोजता मोजता चूक होऊन आठाचे नऊ झाले, तर?"

"तर?... तर स्पेशल विमानानं येईन तुझ्या मावशीच्या घरी आणि मग..."

"मग काय?"

"विमानाच्या खर्चामुळे राणीसाहेबांची यंदा हिऱ्याच्या कुड्या घ्यायची इच्छा मनातल्या मनातच राहील!"

राजारामाचे हे बोलणे ऐकता ऐकता दिवा अगदी मंद करीत— इतका मंद, की तो जाईलच, असे राजारामाला वाटले— कालिंदी हसत हसत म्हणाली होती,

“आठ म्हणजे सातच! मग तर झालं की नाही?”

रात्रीच्या त्या संवादाची स्मृती होऊन राजारामाने खुंटीला टांगून ठेवलेल्या दिव्याकडे पाहिले. ‘आठ, म्हणजे सात’ असे उद्‌गार काढताना कालिंदीने तो किती मंद केला होता! पण हळूहळू मोठा होता होता, आता त्याचा प्रकाश खोलीत कितीतरी स्पष्ट दिसत होता. राजारामाच्या मनात आले, बारीक केलेला दिवा जसा आपोआप मोठा होत जातो, त्याप्रमाणे कालिंदीचा मावशीकडला मुक्कामही हळूहळू वाढेल. काय नेम सांगावा? लग्नापूर्वी वर्षभर ती आपल्या मावशीच्याच घरी होती. तिथल्या तिच्या मैत्रिणी— एक काशी नि दुसरी— दुसरी कुणीतरी कुळवाड्याची मुलगी असावी. लग्न झाल्यावर पहिल्या पहिल्यांदा त्या दोघींच्या कितीतरी आठवणी कालिंदी आपल्याला सांगत असे. त्या दोघी मैत्रिणींची नि हिची आता जवळजवळ सहा वर्षांनी गाठ पडणार? हिच्यापाशी दोन रत्ने दाखवायला आहेतच. त्यांनाही आपल्या माणिकमोत्यांचे प्रदर्शन करायचे असेल! मावशीच्या सहवासात नि मैत्रिणींच्या मुलाबाळांच्या किलबिलाटात कालिंदी आनंदात राहील तिकडे. पण इकडे आपण मात्र— बल्लवाचार्य आणि गोंदू गडी हे आपले येत्या आठ दिवसांचे दोस्त!

कालिंदीच्या उशाशी पडलेल्या गजऱ्याकडे त्याचे लक्ष गेले. त्याला वाटले, काल या फुलांचा कसा घमघमाट सुटला होता. पण आता त्या सुकलेल्या फुलांकडे पाहवतसुद्धा नव्हते.

नकळत राजारामाचे मन स्वत:च्या मनाची त्या गजऱ्याशी तुलना करू लागले.

“अगंबाई!” या कालिंदीच्या उद्‌गारांनी तो भानावर आला. नाहीतर तिच्या विरहाच्या कल्पनेने व्याकूळ झालेले त्याचे मन कितीतरी वेळ असल्याच विचारांच्या भोवऱ्यात गिरक्या खात राहिले असते.

पडल्या पडल्या आपला हात स्निग्धपणाने त्याच्या हातात देत कालिंदी म्हणाली,

“आज अगदी पूर्वेचा सूर्य पश्चिमेला उगवला, म्हणायचा!”

“पौर्णिमेचा चंद्र एकदम मावळायला लागला, तेव्हा त्याला भेटायला सूर्याला यावं लागलं!” कृत्रिमपणाने हसत राजाराम उद्‌गारला.

त्याच्या या एका वाक्यात केवढे उत्कट काव्य भरले आहे, याची कालिंदीला पूर्ण कल्पना होती. लग्न झाल्या दिवसापासून घर हेच राजारामाचे जग झाले होते. कॉलेजमध्ये शिकविण्यात त्याचे तीन-चार तास जात. तेवढा वेळच काय ती कालिंदी त्याच्याबरोबर नसे. बाकी सकाळपासून संध्याकाळपर्यंत, अष्टौप्रहर, बारा महिने तो नि कालिंदी एकमेकांच्या सहवासाचा आनंद शक्य तितका उपभोगीत असत. अबोलक्या राजारामाला मित्र असे फार नव्हतेच; जे थोडेसे होते, तेही ‘एक बायको म्हणजे हजार मित्र’ असे नवीन सुभाषित तयार करीत त्याच्या घरी क्वचित

येत व आले तरी चहा पिऊन निघून जात. त्याला क्रिकेटचा थोडाफार शौक होता. पण कुठलीही मॅच पाहायला तो कालिंदीलाच बरोबर घेऊन जाई आणि त्याचा विरस होऊ नये म्हणून क्रिकेटमध्ये फारसे काही गम्य नसताना कालिंदीही त्याच्याबरोबर जाई. बाहेरच्या जगाशी त्याचा फारसा संबंधच येत नसे. त्याच्या शिकवण्यावर खूश असलेली मुले 'संस्कृतचे प्रोफेसरच सुसंस्कृत असतात,' असे नेहमी म्हणत व ते ऐकले की, राजाराम मनात अगदी खूश होई.

पतिपत्नीचे हे प्रेम पाहून, राजाराम ज्या छोट्या बंगलीत राहत असे, तिचे विद्यार्थ्यांनी 'घरटे' असे नामकरण केले होते. एखाद्या उंच झाडाच्या फांदीवर मऊ मऊ कापसाने आणि लहान लहान गवताच्या काड्यांनी सजविलेल्या घरट्यात एखाद्या पाखराच्या जोडप्याने आनंदाने चिवचिव करीत काळ काढावा, एकमेकांच्या चोचीत चोच घालून सूर्योदय आणि सूर्यास्त, आटलेली नदी आणि पूर आलेली नदी, लग्नसमारंभ आणि प्रेतयात्रा, किंबहुना जगातल्या साऱ्या घडामोडी— जणूकाही आपण या जगातले कुणी नव्हे, अशा समजुतीने पाहाव्या, तसा राजाराम व कालिंदी यांचा संसार गेली सहा वर्षे चालला होता. दीर्घ काल टिकलेल्या या सुंदर स्वप्नाचा भंग आज कालिंदीच्या जाण्याने होणार होता!

कालिंदीचा हात आपल्या हातात अगदी घट्ट धरीत राजाराम म्हणाला,

"मला एक वचन हवंय!"

कालिंदी हसत म्हणाली,

"रात्री आठ दिवसांची मुदत सातावर आणणं झालं होतं. आता साताचे सहा करायचे असतील! चहाच्या वेळेपर्यंत सहाचे पाच होतील, नि दुपारी गाडी सुटेपर्यंत हा आकडा एकावर आला, तर मग मला जायलाच नको!"

तिच्या थट्टेचे कौतुक करीत राजाराम म्हणाला,

"तुलासुद्धा मनातून जायला नकोय! पण... पण लग्नाच्या पूर्वी एक वर्ष तू मावशीपाशीच होतीस. या वेळी तू गेली नाहीस, तर ते बरं दिसणार नाही. पण..."

"पण काय? विमानानं जाऊन विमानानं येऊ की काय?"

राजाराम गंभीरपणाने म्हणाला,

"तू आठ दिवस राहा, पण दररोज तुझं खूपखूप मोठं पत्र यायला हवं मला."

"मावशीचं गाव अगदी खेडेगाव आहे, हे विसरणं झालं वाटतं? तिथे तीन पैशाचं कार्डसुद्धा वेळेवर मिळायचं नाही!"

"इथून पाकिटं नि तिकिटं नेली, तर सामान अगदी गुड्‌सनं न्यावं लागेल, वाटतं!"

कालिंदी हसली, राजारामही हसला.

राजारामाच्या बाहुपाशातून मोकळे होणे कालिंदीलासुद्धा जड गेले. स्त्रीच्या जीवनातला सारा सारा आनंद पतीच्या प्रेमळ स्पर्शात सामावलेला असतो, हा अनुभव तिला अत्यंत उत्कटतेने आजच आला. उठता उठता तिच्या डोळ्यांत पाणी तरळू लागले. ते पाणी पाहताच राजाराम सद्‌गदित स्वराने, पण हसऱ्या मुद्रेने म्हणाला,

"मी चित्रकार असतो, तर फार बरं झालं असतं!"

उशाजवळचा किल्ल्यांचा जुडगा उचलीत कालिंदीने त्याच्याकडे एक प्रश्नार्थक कटाक्ष टाकला.

राजाराम उद्‌गारला,

"चित्राचा एक फार चांगला विषय मिळालाय आज."

"त्या चित्राचं नाव काय?"

"घरट्याबाहेर!"

कालिंदी ऐकू लागली. राजाराम हसत सांगू लागला,

"किती छान चित्र काढता येईल, या कल्पनेवर! एका उंच झाडावर एक सुंदर घरटं आहे. एक पाखरू त्या घरट्याबाहेर पडत आहे. त्याचा जोडीदार घरट्यातून बाहेर डोकावून पाहत आहे. बाहेर जाणारं पाखरू मागं वळून पाहतं. आपल्या जोडीदाराकडे पाहताच त्याचं मन व्याकूळ होतं आणि मग घरट्यापाशी परत येऊन, चोचीत चोच घालून..."

"स्वारी प्रोफेसर आहे, तेच बरं आहे! चित्रकार झाली असती, तर..."

"तर काय झालं असतं?"

"इकडल्या प्रत्येक चित्रावर ओलेतीसारखी वादळं झाली असती!"

चहा झाल्यावर कालिंदी बांधाबांध करू लागली. राजाराम तिच्या अवतीभोवतीच घुटमळत होता. ट्रंकेत मुलांचे इस्त्रीचे कपडे भरीत कालिंदीने त्याला विचारले,

"आज पुस्तकाचं काम करायचं नाही वाटतं?"

राजारामला तिचा हा प्रश्न अगदी रूक्षपणाचा वाटला. पण तो काही बोलला नाही. लहान मूल बशीतला एखादा गोड पदार्थ संपल्यावर ती बशी जशी चाटू लागते, त्याप्रमाणे आपण तुझ्या सहवासाचा उरलासुरला वेळ अतृप्त दृष्टीने पदरात पाडून घेत आहोत, हे तुझ्या लक्षात कसे आले नाही, हा प्रश्न मात्र त्याच्या मुद्रेवर प्रतिबिंबित झाला होता. पण कालिंदीला त्याला खिजविण्याची लहर आली होती. ती म्हणाली,

"पुस्तक लवकर संपलं नाही, तर मला हिऱ्याच्या कुड्या मिळायला उशीर नाही का होणार?"

राजाराम मुकाट्यानं आपल्या लिहायच्या खोलीत गेला. त्याने काल लिहिलेले कागद चाळून पाहिले. शाकुंतलातला दुष्यंत शकुंतलेचे चुंबन घेण्याचा प्रयत्न करतो, तो प्रसंग व मृच्छकटिकात वसंतसेना पावसातून चारुदत्ताच्या भेटीला जाते, तो प्रसंग या दोन्हींची तुलना नुकतीच सुरू झाली होती.

राजारामाने आपली टाचणे हातात घेतली. 'रमणरमणींच्या मीलनातील काव्य' हे शब्द त्याने वाचले आणि टाचणे दूर ठेवून तो खोलीत येरझारा घालू लागला.

आज पंचरंगी सामन्यातील हिंदू-मुसलमानांच्या सामन्याचा शेवटचा दिवस होता. समोरच्या घरी रेडिओ सुरू होताच राजाराम तेथे गेला. हिंदू खेळू लागल्यावर तो मध्येच परत आला.

कालिंदीने विचारले,

"मॅचचं काय झालं?"

राजारामाने उत्तर दिले,

"शशीचा गरम कोट घेतला आहेस ना? नाहीतर थंडी वाजते म्हणून तो रात्री रडत बसेल!"

आज स्वारीचे क्रिकेटमध्येसुद्धा लक्ष नाही, हे कालिंदीने ओळखले; पण त्याचे तिला हसू आले नाही. सकाळपासून तिचे मन तरी कुठे स्थिर होते? राहून राहून तिच्या मनात येत होते... त्या खेडेगावात शशी, नाहीतर अरविंद आजारी पडला, तर डॉक्टरसुद्धा नाही मिळायचा! आणि जिथे उभ्या दिवसात पतीचे दर्शन व्हायचे नाही, तिथे आपल्याला रात्री स्वस्थ झोप तरी येईल का? छे! माणसाचे घर हेच त्याचे जग आहे. या जगाबाहेर जाणे म्हणजे...

स्टेशनावर एकमेकांचा निरोप घेताना राजाराम आणि कालिंदी इतकी सद्‌गदित झाली होती की, डब्यातील एक-दोन उतारूंना त्यांचे नुकतेच लग्न झाले असावे, अशी शंका आली. पलीकडे खिडकीतून डोकावून पाहणाऱ्या दोन मुलांकडे नजर जाताच मात्र ते उतारू बुचकळ्यात पडले.

राजाराम जड पावलांनीच घरात शिरला. त्याचे लक्ष भिंतींना लावलेल्या फोटोंकडे गेले. कितीतरी दिवसांत त्याने हे फोटो पाहिलेले नव्हते. पण आता मात्र एकेका फोटोकडे उभा राहून तो न्याहाळून पाहू लागला. लग्नानंतर थोड्याच दिवसांनी घेतलेला दोघांचा फोटो, रांगत्या अरूचा फोटो, अरू आणि शशी यांचा फोटो आणि सर्वांचा मिळून एक फोटो— हे फोटो क्रमाने पाहताना गेल्या सहा वर्षांतले सारे आयुष्यच त्याच्या डोळ्यांपुढे उभे राहिले. उत्तररामचरितात राम आणि

सीता आपल्या आयुष्यातील प्रसंगांचा चित्रपट पाहताना त्यात इतकी रंगून का जातात, याचा उलगडा त्याला या क्षणी झाला.

पण ते फोटो पाहता पाहता त्याच्या मनाची व्याकूळता अधिकच वाढली. तो दुसऱ्या खोलीत गेला. तेथे फोनोग्राफ होता. एखादे गाणे लावावे, अशी इच्छा त्याच्या मनात उत्पन्न झाली, पण लगेच त्याच्या कानात अरूचे बोबडे बोल घुमू लागले,

"हाशत नाचत ज्याऊ! ज्याऊ च्यला गोकुलाला!"

त्याला वाटले, आपल्या घरातले गोकूळ आज कुठेतरी दूर दूर गेले आहे आणि आपण एकटेच सहारासारख्या ओसाड वाळवंटात...

एखादे पुस्तक वाचीत पडले, तर मनाला विरंगुळा वाटेल म्हणून तो कपाटाकडे वळला. पण कपाट उघडता उघडता त्याला एक प्रसंग आठवला आणि पुस्तकाकरिता त्याने पुढे केलेला हात जागच्या जागी राहिला.

त्याच्या डोळ्यांपुढे उभे राहिलेले ते स्मृतिचित्र फार सुंदर होते.

असेच एकदा आपण कपाट उघडीत होतो. मागून कालिंदी आली नि म्हणाली, "हे पाहिलंत का?"

आपण वळून पाहिले.

तिच्या हातात एक खोबऱ्याचा तुकडा होता. आपल्याला गोड खोबरे फार आवडते, म्हणून ती तो घेऊन आली होती. त्या तुकड्याचे टोक कुणीतरी खाल्लेले दिसले. आपण म्हटले,

"दुसऱ्याचं उष्टं आपण खात नाही, बुवा!"

कालिंदीने उत्तर दिले,

"पण शबरीची बोरं रामानं खाल्ली होती!"

खोबरे गोड आहे की नाही, हे पाहण्याकरिता कालिंदीने ते उष्टावून पाहिले होते. त्यामुळेच त्याला विलक्षण गोडी आली होती.

या आठवणीने राजारामाला अतिशय बेचैन केले. कपाटातले एकही पुस्तक न घेता तो परतला. कालिंदीचे पोहोचल्याचे पत्र आपल्याला परवा येणार, तोपर्यंत घरात भुतासारखे एकटे राहावे लागणार, या कल्पनेने तो अतिशय उदास होऊन गेला.

त्याला एकदम आठवण झाली. सहा वर्षांपूर्वी कालिंदी मावशीकडे गेली, तेव्हाची पत्रे त्याने जपून ठेवली होती. उन्हाळ्यात जशा वाऱ्याच्या झुळका विलक्षण सुखावह वाटतात, त्याप्रमाणे त्या विरहाच्या दिवसांत या पत्रांची पारायणे त्याला आनंददायक झाली होती.

अवघी सात पत्रे होती ती! पण प्रत्येक पत्रात एक तरी वाक्य असे होते की, जे खडीसाखरेच्या खड्याप्रमाणे मनात घोळवत घोळवत त्याची गोडी चाखावी.

पहिल्या पत्रात कालिंदीने लिहिले होते,

'काल रात्री मी राहून राहून जागी होत होते. जाग येऊन डोळे उघडले की वाटे, अल्लाउद्दिनाच्या गोष्टीत दिवा आहे ना, तसा दिवा माझ्यापाशी असता, तर तो घासून राक्षस समोर उभा राहताच मी त्याला म्हटले असते, 'आत्ताच्या आत्ता मला त्यांच्याकडे जायचंय!' हो, त्या राक्षसाला न भिता मी असा हुकूम सोडला असता... नि त्याच्याबरोबर तुमच्याकडे आलेही असते!'

दुसऱ्या पत्राचा शेवट असा होता :

'आमच्या खेड्यापाड्यात टेलिफोन कधी होणार? तेवढी सोय असती, तर दररोज तुमचा शब्द ऐकून तरी माझं मन शांत झालं असतं.'

तिसऱ्यात कालिंदी म्हणत होती,

'प्रीती ही मोठी वाईट चेटकीण आहे. ती माणसांचे मनसुद्धा बदलून टाकते. आता मला मावशी कशी परक्यासारखी वाटते! पूर्वी काशी नि मंजुळा या मैत्रिणी एक दिवस भेटल्या नाहीत, तर कसेसेच होई. पण आता त्या समोर बोलत बसलेल्या असल्या, तरी माझे मन तुमच्याच आठवणीत गुंग झालेले असते.'

राजारामाला वाटले, ही जुनी सात पत्रे नाहीत, ते प्रीतिगीताचे सप्तस्वर आहेत. त्यांच्या मधुर नादात आपण परवापर्यंतचा वेळ कसाही काढू.

तिसऱ्या दिवशीचे टपाल राजारामाने किती अधीरपणाने पाहिले.

पण त्यात कालिंदीचे पत्र नव्हते. सारी रात्र त्याने तळमळत काढली. कालिंदीने पत्र कुणाकडे तरी टाकायला दिले असावे, पण ते वेळेवर पोस्टात पडले नसावे, अशी शेवटी त्याने आपली समजूत करून घेतली.

मृग कोरडा गेलेला पाहून चिंतातुर झालेल्या शेतकऱ्याने पावसाची वाट पाहावी, त्याप्रमाणे त्याने दुसरे दिवशी टपालाची वाट पाहिली. पण त्या दिवशीचा पोस्टमनही निष्ठुरच निघाला.

राजारामाला काळजी वाटू लागली. शशी किंवा अरू आजारी तर नसेल ना? का कालिंदीलाच काही होत असेल? आपण आत्ताच्या आत्ता तार केली, तर—

—तर मावशी हसतील! कालिंदीची थट्टा करतील! छे!

उद्या पत्र आले नाही, तर मात्र तार करायचीच, असा निश्चय करून कालिंदीची जुनी पत्रे चाळीत त्याने मधला दिवस घालविला.

तहानलेल्या मनुष्याच्या तोंडाशी कुणीतरी अमृताचा पेला लावावा, तसे त्याला कालिंदीचे पत्र पाहून वाटले. पत्र खूप मोठे असेल, अशी त्याची प्रथम कल्पना

होती. पण पाकीट फोडून पाहताच त्याची निराशा झाली! पत्राचा आरंभ अगदीच अनपेक्षित होता!—

'पत्र पाठवायला दोन दिवस उशीर झाला, म्हणून तुम्ही रागावला असाल. पण खरे सांगू? मलाच तुमचा राग आला आहे.'

कालिंदीने पुढे लिहिले होते :

'सहा वर्षे तुम्ही मोठ्या प्रेमाने मला आपल्या घरट्यात सांभाळलीत, बाहेरचा थंडी-वारा लागू दिला नाहीत. पण थंडी-वाऱ्याला भिऊन बाहेरच्या जगापासूनही तुम्ही मला दूर ठेवलेत. तुम्हीही त्याच्यापासून दूर राहिलात. या मोठ्या जगातले तीन धक्के या तीन दिवसांत मला मिळाले. त्या धक्क्यांनी माझे मन कसे भांबावून, गोंधळून गेले आहे.'

'मी आले, त्याच दिवशी माझ्या मावसबहिणीचे लग्न मोडले. वरपक्षाला हजार-पाचशे रुपये जास्ती देणारा कुणीतरी गरजवंत मिळाला आणि... मावशीचे सांत्वन कसे करायचे? मुलीचे लग्न एकदा मोडले की, फुटलेली काचच म्हणायची ती!'

दुसरे दिवशी मी मंजुळेला भेटायला गेले. तिचा नवरा न्यूमोनियाने आजारी होता. खेडेगावातील शेतकऱ्याला लांबून डॉक्टर आणण्याची ऐपत कुठून असणार? पण तेवढ्यावरच त्याचे हाल संपले नाहीत.

मी मंजुळेच्या झोपडीत गेले, तेव्हा त्याच्या भोवतालचे लोक त्याचे डोके चिरून त्यात झाडपाल्याचे कसले तरी औषध भरत होते. त्या प्रसंगाची आठवण झाली की, अजून कसे अंगावर शहारे येतात!

दारिद्र्य आणि अज्ञान यांच्यापायी विधवा झालेल्या मंजुळेचे सांत्वन मी कुठल्या तोंडाने करू!

काशीकडे गेले, तो ती दहा दिवसांची बाळंतीण! घासभर अन्नालासुद्धा महाग झाली आहे ती! नवऱ्याची भिक्षुकीची वरसल पाच मैलांवरल्या खेडेगावात आहे. तो बाळंतिणीला कसली मदत करणार? सहा वर्षांत सहा मुले झाल्यामुळे काशीचे शरीर नि मन दोन्ही म्हातारी झाली आहेत. ती स्फुंदत मला म्हणाली, 'देव किती निष्ठुर आहे, गं! नको नको म्हणत असताना तो मला मुलं देतोय आणि—?

काय उत्तर देणार मी तिला?— मला लवकरच हिऱ्याच्या कुड्या मिळणार आहेत, हे?

आपल्यासारख्या माणसांच्या घरट्यात सुदैवाने गारवा आहे, पण त्या घरट्याबाहेर केवढा वणवा पसरला आहे! या वणव्यात आपली माणसे होरपळून जात असताना आपण गप्प बसायचे? छे!

दोनच वाटा मला पुढे दिसताहेत. तो वणवा विझविण्याचा प्रयत्न करावा,

नाहीतर इतरांबरोबर जळून तरी जावे!'

राजारामाने ते पत्र दूर ठेवून डोळे मिटले. त्याच्या मिटलेल्या डोळ्यांपुढे त्या तीन अभागी मुली उभ्या राहिल्या. त्याने डोळे उघडले. 'घरट्याबाहेर, घरट्याबाहेर' असा कालिंदीचा कर्कश स्वर आपल्या कानांत घुमत आहे, असा त्याला भास झाला!

■

प्रार्थना

प्राचीन काळची गोष्ट—

त्यावेळी आभाळात स्वच्छंदाने उडणाऱ्या पाखरांना विमानांची घरघर ऐकू येत नसे आणि पृथ्वीवर फुलणाऱ्या फुलांना आकाशातून पडणाऱ्या बॉम्बगोळ्यांचे भय वाटत नसे.

त्यावेळी जशी पांढरपेशांची संस्कृती-संरक्षण-मंडळे नव्हती, तसे शेतकऱ्यांचे मोर्चे आणि मजुरांचे संपही नव्हते.

रानावनांत झोपड्या बांधायच्या, जेवढी जमीन कसता येईल, तेवढी कसून तिच्यातून पीक काढायचे आणि काम करताना गात आणि गाताना काम करीत करीत आयुष्यात रंगून जायचे, एवढेच त्यावेळी बहुतेक लोकांना ठाऊक होते.

या झोपड्यांतून राहणारे शेतकरी सख्ख्या भावाहूनही अधिक प्रेमाने एकमेकांशी वागत. एकाच्या पायात काटा बोचला, तर साऱ्यांच्या डोळ्यांत पाणी येई. एकाला मधाचे पोळे मिळाले की, प्रत्येक झोपडीतल्या माणसांना भाकरीबरोबर मध खायला मिळे.

वासरांनी शेतात शिरून कणसांना तोंड लावले, तरी सारे म्हणत,

''थोडं खाऊ देत ती! त्यांनाही आपल्यासारखा जीव आहेच की!''

पाखरे येऊन पिकलेल्या कणसांवर झडप घालू लागली, तर ते म्हणत,

''थोडं नेऊ देत ती! त्यांनाही आपल्यासारखा जीव आहेच की!''

एके दिवशी अगडबंब जटाजूट धारण करणारा आणि भलीमोठी दाढी वाढविलेला एक गंभीर मनुष्य या झोपड्यांजवळ आला. अगदी भुकेलेला होता तो! त्याने अन्न मागितले. सारे शेतकरी म्हणाले,

''थोडं खाऊ दे हा! यालाही आपल्यासारखा जीव आहेच की!''

दुसरे दिवशी ते त्याला शेतात काम करायला बोलवू लागले. तो साधू म्हणाला—

"मी काम करणार नाही!"

सर्वांना आश्चर्य वाटले. त्यांनी हसत विचारले,

"मग तू करणार काय?"

साधू उत्तरला—

"प्रार्थना!"

प्रार्थना या शब्दाचा अर्थ त्या शेतकऱ्यांपैकी एकालाही कळला नाही.

साधू हसून म्हणाला,

"तुम्ही मूर्ख आहात. अडाणी आहात! पाऊस पडल्याशिवाय तुमचे शेत पिकेल का?"

सारे उद्गारले,

"नाही! कधीही पिकणार नाही!"

"तो पाऊस कोण पाडतो?" साधूने प्रश्न केला.

सर्वांनी उत्तर दिले,

"आभाळ!"

साधू उपहासाने म्हणाला,

"मूर्ख! अडाणी! आभाळ पाऊस पाडत नाही, देव पाऊस पाडतो. आभाळाच्या आत तो बसलेला आहे. तो रागावला की वीज चमकते, तो हसला की चांदणे फुलते. दररोज त्या देवाची प्रार्थना करा. नाहीतर तो पाऊस पाडणार नाही, तुमची शेते पिकणार नाहीत."

साधूने डोळे मिटून दोन्ही हात जोडून मोठे मोठे शब्द म्हणायला सुरुवात केली; ते शब्द काही केल्या शेतकऱ्यांना म्हणता येईनात. त्यांनी मुकाट्याने हात जोडून डोळे मिटून देवाची प्रार्थना केली.

त्या झोपड्यांत दररोज नेमाने प्रार्थना होऊ लागली.

त्या वर्षी पाऊस अगदी हवा तसा पडला.

शेतकऱ्यांना वाटले, प्रार्थनेने देव प्रसन्न झाला.

स्वत:ला दोन घास कमी मिळाले तरी हरकत नाही, पण साधुमहाराजांची प्रार्थना पूजा, यज्ञ ही सारी सुरळीत चालावीत म्हणून प्रत्येकाने साधूला जास्तीत जास्त धान्य दिले.

लवकरच आणखी कितीतरी साधू तिथे येऊन झोपड्या बांधून राहिले.

त्या सर्वांची प्रार्थना पाहून शेतकऱ्यांना वाटे—

'आता देव आपल्यावर कधीच कोपणार नाही!'

पुढल्या तीन-चार वर्षांत त्यांच्यावर एकदाही देवाची अवकृपा झाली नाही! पण देव रागावला नसतानाही त्यांच्यापैकी प्रत्येकावर अधूनमधून अर्धपोटी राहायची पाळी येऊ लागली. अहोरात्र प्रार्थना करून देवाला प्रसन्न ठेवणाऱ्या त्या सर्व साधूंना, ते मागतील तेवढे धान्य देणे हे प्रत्येकाला आपले कर्तव्य वाटत होते. पण त्या सर्वांची सकाळ-संध्याकाळ चाललेली प्रार्थना ऐकूनही देव दुप्पट धान्य का पिकवीत नाही, ही शंका आता प्रत्येकाच्या मनात उत्पन्न होऊ लागली.

आणि लवकरच असा एक पावसाळा आला की,—

उन्हाळ्याचे दिवस मोजून मोजून संपले होते, म्हणूनच त्याला पावसाळा म्हणायचा! एरवी तो भयंकर उन्हाळाच होता. आभाळातून एकसारखी निखाऱ्याची वृष्टी होऊ लागली. त्या निखाऱ्यांनी जमिनीवरील हिरवळ जळून तिची राखरांगोळी झाली! वृक्षवेलींचे निष्प्राण सांगाडे पाहून पूर्वी त्यांच्याशी कुजबुज करणारा वारा उष्ण नि:श्वास टाकू लागला. आपण पृथ्वीवर नसून, एका उलट्या कढईत कोंडले गेलो आहोत— आणि त्या कढईच्या खाली वणवा पेटला आहे, असे प्रत्येकाला वाटू लागले.

शेतकऱ्यांच्या डोळ्यांत पाणी उभे राहिले.

पण आभाळाच्या?

छे! तिथे काळ्या मेघांची छायासुद्धा दिसत नव्हती.

शेतकरी साधूंना शरण गेले.

साधूंनी यज्ञ आरंभला.

यज्ञाच्या ज्वाळा आभाळाला जाऊन भिडल्या. पण त्याच्या पलीकडे बसलेल्या देवाला काही त्यांची झळ लागली नाही.

साधूंनी अहोरात्र सामुदायिक प्रार्थना सुरू केली.

त्यांच्या प्रार्थनेचा आवाज आकाशापर्यंत जाऊन पोहोचला, पण त्याच्या पलीकडे बसलेल्या देवाला काही तो ऐकू गेला नाही.

बाहेरची आग शेतकऱ्यांच्या पोटापर्यंत येऊन पोहोचली. साधुमंडळी दररोज भोजन झाल्याबरोबर उपाशी शेतकऱ्यांना आशीर्वाद देत होतीच. पण आशीर्वादांनी जगातली कुठली आग विझली आहे?

एक धीट शेतकरी पुढे झाला व म्हणाला,

"या साधूंच्या झोपड्यांत अजून खूप धान्य शिल्लक आहे. त्याच्यावर थोडे दिवस आपली गुजराण होईल; पुढचं पुढं!"

शेतकऱ्यांच्या जमावाने धान्याची मागणी करताच साधूंचा पुढारी ओरडला,

"यंदा नाही तर नाही, पण पुढल्या वर्षी तरी पाऊस पडायला हवा! तो पडावा, म्हणून देवाची अहोरात्र प्रार्थना व्हायला हवी! तशी प्रार्थना करायला आमच्या अंगात शक्ती हवी... —आणि अंगात शक्ती असायला...''

त्याचे ते वक्तृत्व ऐकायला एकही शेतकरी जागेवर राहिला नाही. त्या सर्वांनी मिळून त्याच्याच झोपडीवर हल्ला चढविला.

दार अडवून उभा राहिलेला तो साधू म्हणाला,

"मागं सरा, मागं सरा! माझ्या अंगाला हात लावलात, तर देवाचा कोप होईल!''

क्षणभर डोळे मिटून त्याने देवाची प्रार्थना केली. पण एकाही शेतकऱ्याने आपले हात जोडले नाहीत.

दुसऱ्या क्षणी साधू डोळे उघडून पाहतो, तो प्रत्येक शेतकरी आपला कोयता सरसावून झोपडीत शिरण्याकरिता तयार झाला आहे.

साधू गडबडला. थरथर कापत तो म्हणाला,

"मला मारू नका. माझी एकच प्रार्थना आहे. मला...''

क्षणभर डोळे मिटून ते पुन्हा उघडीत आणि इतर साधूंना हाक मारीत तो म्हणाला,

"या, या, लवकर या. या सर्वांच्या पाया पडा. यांची प्रार्थना करा!''

शेतकरी आणि साधू त्याच्याकडे चकित होऊन पाहू लागले.

साधूंचा तो पुढारी उद्गारला,

"आताच मला देवाचा साक्षात्कार झाला. देव आता आकाशाच्या पलीकडे नाही. तो पृथ्वीवर उतरला आहे. या शेतकऱ्यांत त्याचा संचार झाला आहे.''

लगेच त्या साधूने शेतकऱ्यांना साष्टांग नमस्कार घातला.

इतरांनीही त्याचे अनुकरण केले.

शेतकऱ्यांनी हातांतले कोयते दूर भिरकावून दिले!

■

पतित

ज्याला आत्मचरित्र लिहायचे असेल, त्याने त्याची सुरुवात करण्यापूर्वी चार-दोन आठवडे तरी आगगाडीतून एकसारखा प्रवास करायला हवा! म्हणजे मागच्या आयुष्यातल्या एकूण एक आठवणी त्याच्या डोळ्यांपुढे स्पष्ट उभ्या राहतील, नि...

मनात आलेल्या या विचाराने माझे मला हसू आले. पण ग्वाल्हेरपासून तिसऱ्या वर्गाच्या डब्याच्या कोपऱ्यात, केव्हा होल्डऑलला टेकून, डोळे मिटून, तर केव्हा डब्यातल्या अनोळखी चेहऱ्यांकडे स्वप्नात असल्याप्रमाणे पाहून, ज्याने चोवीस तास आगगाडीत काढले असतील, त्याच्या मनात असला काहीतरी विचार येणे स्वाभाविकच नव्हते का? गिरणीतल्या पट्ट्याप्रमाणे आगगाडीच्या चाकांचा होणारा कर्कश आवाज, प्रत्येक स्टेशनवर ऐकू येणारा हरतऱ्हेचा गोंगाट, डब्यातल्या माणसाचे जवळजवळ अर्थशून्य वाटणारे संभाषण आणि एकाच जागी बसून आंबून गेलेले शरीर— या सर्वांचा मनावर किती विचित्र परिणाम होतो! आपल्या भोवताली दिसणाऱ्या गोष्टींशी आपला काहीच संबंध नाही, असे या वेळी वाटू लागते. क्लोरोफॉर्म दिल्यावर बेशुद्ध होण्यापूर्वी रोगी ज्या मन:स्थितीत असतो, तिचा अशावेळी कंटाळलेल्या प्रवाशाला पुरेपूर अनुभव येतो! नाही का?

उन्हाने फूल मलूल व्हावे, तसे या वेळी माणसाचे मन गळून जाते आणि मग गत आयुष्यातल्या गोड आठवणींचे जलसिंचन करून त्याला टवटवीतपणा आणण्याचा प्रयत्न...

निदान मी तरी डुलक्या घेत घेत तसा प्रयत्न करीत होतो. दहा वर्षांपूर्वी बेळगावला माझे वडील हृदयक्रिया बंद पडून वारले. साहजिकच आमच्या कुटुंबाला ग्वाल्हेरला असलेल्या चुलत्यांच्या छत्राखाली जावे लागले. या दहा वर्षांत मी मुंबईच्या बाजूला फिरकलोसुद्धा नव्हतो. आग्रा युनिव्हर्सिटीचा बी.ए. झाल्यावर मला ग्वाल्हेरातच मास्तरकी मिळाली. मग मुंबईच्या बाजूला मौजेशिवाय दुसऱ्या कोणत्या कारणासाठी यायचे? पण मौज आणि मास्तरकी यांचे सख्य सहसा असत नाही! माझ्या धाकट्या बहिणीचे लग्न लवकर करण्याचे काकांनी ठरविले नसते, तर

माझ्या कुंडलीतला मुंबईच्या प्रवासाचा हा योगसुद्धा कुंडलीतच राहिला असता! पण...

माझा बेळगावचा शाळासोबती मधुकर साठे याच्या स्थळाचीच प्रथम चौकशी करावी, असे आईने ठरविले. मधुकराचा नि माझा पत्रव्यवहार अखंड सुरू होताच. बी.ए. झाल्यावर त्याने मुंबईच्या एका सिनेमा कंपनीत नोकरी मिळविली होती. तिथे तो कसले काम करीत होता, हे मला ठाऊक नव्हते; पण या नाही त्या निमित्ताने त्याचा फोटो वर्तमानपत्रात पाच-दहा वेळा तरी आला होता आणि दरवेळी तो पाहून माझ्या मनामध्ये एक सूक्ष्म प्रकारची मत्सराची छटा उत्पन्न झाली होती. आमच्यासारख्या मास्तरांचा फोटो वर्षातून एकदाच निघायचा प्रसंग येतो, तो म्हणजे संमेलनाचा. पण असले फोटो वर्तमानपत्रात कोण छापीत बसणार? त्यामुळे मधुकराचा फोटो वर्तमानपत्रात पाहिला की, माझे मन म्हणे,

'हा मध्या लेकाचा मोठा भाग्यवान आहे!'

इंग्रजी पाचवीत आम्हा दोघांना बरोबरीने मार्क मिळत होते. पण आज जगाच्या बाजारात त्याची किंमत... कुठे त्याची द्राक्षे नि कुठे माझी करवंदे! आज ना उद्या सिनेमा कंपनीत याला चांगले घबाड मिळणार, याचे ऐटबाज फोटो वर्तमानपत्रात छापून येणार नि कुंडली तशीच चांगली असली, तर एखादी सुंदर सिनेमा नटीसुद्धा स्वारीची बायको होईल! मग काय विचारायलाच नको! याचा दोनशे नि बायकोचा दोन हजार मिळून बावीसशे रुपये पगार दरमहा घरात येणार! दहा वर्षांपूर्वीचा तो गरीब मधुकर हे उद्या एक स्वप्नच ठरेल नुसते!...

मुंबई जसजशी जवळ येत चालली, तसतसे मला वाटू लागले... सिनेमा नटीशी लग्न होण्याशिवाय मधुकराचे हे सारे भविष्य खरे व्हायला आपली काही हरकत नाही. आपण बहिणीचे लग्न ठरवायला निघालो आहो. मधुकराच्या दोन हातांची गुप्त रीतीने वाढ झाली नसली, तर आपले काम हा हा म्हणता फत्ते होईल! आणि तसेच पाहिले, तर मधुकराचे सिनेमा नटीशी लग्न होणे फक्त सिनेमातल्या गोष्टीतच शक्य आहे! घरदार, जमीनजुमला, काही काही नाही त्याला. अंगच्या हुशारीमुळे गरिबीशी झगडत तो बी.ए. झालाय, एवढेच! असल्या भिकाऱ्यावर कुठली सिनेमा नटी भाळेल? अप्सरा कधी मानवावर प्रेम करीत नाहीत!

माझ्या डोळ्यांपुढे मधुकराचे विद्यार्थिदशेतले चित्र उभे राहिले. पुष्कळ दिवस फाटकी धोतरे नेसून गांधींचा दांडीयात्रेचा रंगीत फोटो विकत घेण्याइतके पैसे आईकडून त्याने मिळविले होते. त्या फोटोला दररोज ताज्या फुलांची माळ घालायला मिळावी म्हणून तो पहाटे उठून गावाबाहेरच्या पारिजातकाकडे अगदी नियमाने जात असे. गांधींच्या फोटोकडे भावनापूर्ण दृष्टीने पाहत तो म्हणे,

"आयुष्यात फक्त एक संधी मिळाली, तरी मी सुखी होईन!"

"कुठली?" मी त्याला विचारी.

तो उत्तर देई,

"महात्माजींच्या पायांवर डोकं ठेवायची."

त्याची आई फोटो काढून घ्यायला अगदी नाखूश असे. तेव्हा मधुकर म्हणे,

"उद्या नोकरी लागल्यावर मीच एक कॅमेरा विकत घेणार आहे नि मग तुझे फोटोच फोटो काढून साऱ्या घरात लावणार आहे! देवपूजेच्या वेळचा, बाळानं काही हट्ट घेतला की, त्याची समजूत घालण्याच्या वेळचा..."

"नि पोतेरं घालायच्या वेळचा!" आई मधेच म्हणे.

'हो... हो! तोदेखील फोटो मी घेणार आहे. सारवल्यावर तू किती सुंदर रांगोळी घालतेस— आपल्या दारातील रांगोळी पाहिली की, तिच्यापुढे इराणी गालिचासुद्धा फिक्का वाटू लागतो मला..." एवढे बोलून तो गुणगुणू लागे—

'स्वामी तिन्ही जगांचा आईविना भिकारी!'

मी बोरीबंदरावर आलो, तेव्हा हीच आठवण माझ्या मनात तरंगत होती. मला वाटले, मधुकराने मुंबईला आपले बिऱ्हाडच केले असेल. त्याची आईसुद्धा आपल्याला इथेच भेटेल. माझे वडील वारले, त्या दिवशी किती मायेने तिने मला आपल्या पोटाशी धरले होते! मी माझ्या आसवांनी तिचा पदर भिजवीत होतो आणि ती आपल्या अश्रूंनी माझे डोके न्हाणीत होती. गरीब माणसे मनाने किती श्रीमंत असू शकतात, हे त्यावेळी मला कळले होते. असली सासू आपल्या मुलीला अगदी फुलासारखी सांभाळील, अशी खात्री असल्यामुळेच आईने मधुकराला आपला जावई करायचे ठरविले होते.

खिडकीतून प्लॅटफॉर्मवरल्या गर्दीकडे पाहत बोलायला सुरुवात कशी करायची, याचा मी विचार करीत होतो. 'कसं काय, जावईबुवा?' असा प्रश्न बरा दिसेल की 'तू आपली एक आवडती वस्तू आमच्या घरी विसरून गेला आहेस. दहा वर्षे झाली त्याला! ती परत घेऊन जायला तू ग्वाल्हेरला कधी येणार?' अशी सुरुवात केली, तर बरे दिसेल?

पण काय बरे दिसेल, हे निश्चित करण्याची पाळीच माझ्यावर आली नाही! प्लॅटफॉर्मच्या या टोकापासून त्या टोकापर्यंत मी फेरी घातली. पण मधुकरचा कुठेच पत्ता नव्हता!

तहानलेल्या मनुष्याने गार पाणी मिळेल, या आशेने मडक्यापाशी जावे नि त्या मडक्यात पाणीच नसावे, तशी माझ्या मनाची स्थिती झाली!

स्टेशनवर येण्याविषयी क्रमाने तीन पत्रांत मी मधुकरला लिहिले होते. पण...

माझ्या मनात आले, मधुकर आता बडा मनुष्य झाला आहे! एका मास्तरचे

स्वागत करण्याकरिता स्टेशनवर येण्याची तसदी तो कशाला घेईल?

पण लगेच दुसरे मन म्हणाले,

मधुकरासारखा भावनाशील मनुष्य आपल्या बालमित्राशी असा वागेल? छे! ते शक्य नाही! त्याची गांधीजींवरील भक्ती, आईवरील भक्ती... भावनाशील मनुष्य जीवनप्रवाहात पोहत जातो! तो प्रवाहपतित कधीच होणार नाही.

हो, त्याला एकदम तापबीप आला असेल. गतवर्षापासून मुंबईला मलेरियाने पुन्हा वर डोके काढलेय, असे कुणीतरी परवाच म्हणत होते की! कदाचित कंपनीने त्याला कुठल्या तरी कामाकरिता परगावी पाठविले असेल. या सिनेमा कंपन्यांचा काय नेम आहे? राजा, स्त्री आणि लहान मूल या तिघांचाही लहरीपणा सिनेमासृष्टीत एकवटलेला असतो, म्हणे!

मधुकरचा पत्ता मला ठाऊक होताच. व्हिक्टोरिया करून मी थेट त्याच्या बिऱ्हाडी आलो.

घंटा वाजविताच एक गडी बाहेर आला. त्याने विचारले,

''कोन हवंय?''

''मधुकर!''

''साहेब बाहेर गेल्याती.''

''साहेबांची आई तरी...''

''साहेबांची आई मरूनश्यान...''

आपण पत्ता तर चुकलो नाही ना, असे वाटून मी दाराजवळच्या पितळी पाटीकडे पाहिले. मधुकरचीच जागा होती ती! माझ्या मनात आले, त्याची आई एकदम आजारी पडून...

''साहेब येतील इतक्यात'' असे त्या गड्याने सांगितल्यामुळे मी सामान घेऊन आत गेलो. समोरच ताज्या गुलाबांचा हार घातलेला एक भव्य फोटो होता. मी उत्सुकतेने पुढे होऊन पाहिले. तो फोटो गांधींचा नव्हता— ग्रेटा गार्बोचा होता.

ग्रेटा गार्बोविषयी माझे मत वाईट आहे, असे मुळीच नाही. 'क्वीन ख्रिस्तीना'मधले तिचे काम मला फार फार आवडले होते. तो चित्रपट पाहताना तिच्यासाठी मी रडलोसुद्धा होतो.

पण गुलाबांच्या हाराने अलंकृत झालेला तिचा फोटो पाहून मात्र मला कसेसेच वाटले! भिंतीवर टांगलेली लहान-मोठी सर्व चित्रे मी न्याहाळून पाहिली. त्यातील काही काही परदेशी चित्रे फारच सुंदर होती. एका चित्रात एका माळरानावर एक उंचच्या उंच वृक्ष एकाकी उभा होता. त्याच्याकडे दृष्टी जाताच गांधींच्या दांडीयात्रेच्या फोटोचा अभाव मला मोठ्या तीव्रतेने जाणवला. दुसऱ्या चित्रात आपल्या पिलांसाठी जिवावर उदार होऊन लढणाऱ्या कोंबडीचे दृश्य होते. त्या चित्रकाराच्या कलेची

वाहवा करीत असताना माझे मन म्हणाले,

'मधुकरच्या आईचा फोटो इथे कुठंच दिसत नाही, हे कसं?'

माझे मन गोंधळून गेले. इंग्रजी शाळेत गांधींच्या फोटोची पूजा करणाऱ्या मधुकराने आज कट्टर देशभक्त व्हायला हवे होते, असे काही नाही! पण... एकाच मुलीचे ठिकठिकाणी लावलेले निरनिराळ्या बैठकींतले ते पाच-सहा फोटो... ती मुलगी बहुधा सिनेमा नटीच असावी!... बुटांचे पाच-सहा जोड नि इस्त्री केलेल्या कपड्यांची भलीमोठी रास... टेबलावर पडलेल्या पुस्तकाचे ते नाव... 'फॉलिंग इन लव्ह अगेन...' अ‍ॅशपॉटमधला राखेचा ढीग... त्या राखेकडे पाहता पाहता माझ्या मनात एक विलक्षण कल्पना येऊन गेली! आपल्यासमोर जी राख दिसतेय ती सिगारेटची नाही; दहा वर्षांपूर्वीच्या मधुकराच्या मनात ज्या भावना होत्या, त्यांची राख आहे ती! मला वाटले, इंग्रजी शाळेतला तो ध्येयवादी, भावनाशील मधुकर कुठेतरी नाहीसा झाला आणि त्याची जागा चैनीची चटक लागलेल्या आणि आपल्याच मिजाशीत गुरफटून गेलेल्या मधुकराने घेतली. तो मधुकर आपला मित्र होता— हा मधुकर नव्हे!

या विचारांबद्दल स्वत:च्या मनाचा मला असा राग आला! मधुकर स्टेशनवर आला नाही, म्हणून मला घुस्सा येणे स्वाभाविक होते. पण तेवढ्यावरून मधुकर अगदी पार बदलून गेला आहे, असा तर्क करणे अनुदारपणाचे नव्हते का? प्रत्येकाच्या आयुष्याच्या प्रवाहाला अनंत वळणे घेऊन जावे लागते. मग सिनेमाच्या धंद्यात आल्यावर सूटबूट, सिगारेट, सिनेमा नटीच्या फोटोची आवड, इत्यादी गोष्टी मधुकरच्या आयुष्यात आल्या, तर त्यात नवल कसले?

टेबलाखालच्या टोपलीतून कागदाचे दोन-तीन कपटे उडत उडत माझ्याकडे आले. मी ते कुतूहलाने उचलले आणि वाचू लागलो- पहिल्या कपट्यावर अक्षरे होती,

'प्रिय सुने...'

मी भिंतीवरल्या त्या मुलीच्या फोटोकडे पाहिले. हीच ती सुनेत्रा असावी! दुसऱ्या कपट्यावर लिहिले होते—

'तुझ्यासाठी मी काय...'

तिसऱ्या लांबट कपट्यावर शब्द होते,

'तू पतित नाहीस, पतिताला पावन करणारी देवता...'

टेबलाखालच्या टोपलीतले सर्व कपटे काढून मधुकराचे हे प्रेमपत्र जुळवून पाहावे, अशी तीव्र इच्छा माझ्या मनात उत्पन्न झाली. मुठीत मावतील, तेवढे कपटे मी उचललेसुद्धा.

पण इतक्यात दाराबाहेर कुणाचे तरी बोलणे ऐकू येऊ लागले. मधुकरचाच

आवाज होता तो! दहा वर्षांत त्याच्या आवाजात एवढासुद्धा फरक झाला नव्हता. माझ्या मनात आले— मघाशी आपण त्याच्याविषयी घेतलेली शंका किती निर्दयपणाची होती! ज्याचा आवाजसुद्धा बदलला नाही, त्याचा स्वभाव कधीतरी बदलेल का?

मधुकर आत आला, पण तो एकटाच नव्हता! त्याच्याबरोबर एक मुलगीही होती. तिला पाहताच हीच सुनेत्रा असली पाहिजे, अशी माझी खात्री झाली. तिचे सौंदर्य अधिक वर्णन कशाला करायला हवे? ताईकरिता आपण दुसरे स्थळ पाहिले पाहिजे, अशी माझी क्षणात खात्री झाली.

माझ्याशी हस्तांदोलन करीत, स्टेशनवर येता आले नाही, म्हणून मधुकराने माझी इंग्रजीत माफी मागितली. 'सुनेत्रादेवी'शी माझी ओळख करून दिली आणि माझ्याकडे पाहत तो उद्गारला,

"अगदी वेळेवर आलास तू!"

स्वारी थोड्याच वेळात लग्ननोंदणीकरिता रजिस्ट्रारच्या कचेरीत जाणार असून, अनायासे मी एक साक्षीदार मिळालो, असा या अभिनंदनाचा अर्थ वाटला मला! पण लगेच तो पुढे म्हणाला,

"उद्या ताजमहालामध्ये मेजवानी देणार आहे मी!"

मला वाटले, बहुधा स्वारी सुनेत्राचा वाढदिवस साजरा करण्याच्या बेतात असावी! काका परवाच म्हणत होते की, आईबापाच्या श्राद्धांची जागा हल्ली तरुणीच्या वाढदिवसांनी घेतली आहे! काळ कितीही बदलला, तरी मनुष्याची उत्सवप्रियता बदलत नाही, हेच खरे!

पण ती वाढदिवसाची मेजवानी नव्हती.

मधुकराने आनंदाने सुनेत्राला मेजवानी द्यावी, अशा संकटातून काल तिची मुक्तता झाली होती. मधुकर त्याचे वर्णन करीत असताना सुनेत्रेच्या मुद्रेवर जे भीतीचे भाव दृग्गोचर होत होते, त्यावरून तो प्रसंग माझ्या डोळ्यांपुढे मूर्तिमंत उभा राहिला. कंपनीच्या पुढल्या चित्रात सुनेत्राला बोटीतून उडी टाकून पोहत पोहत किनारा गाठायचा होता. तिचे बालपण गोमंतकात पाण्याच्या अगदी माहेरघरात गेले असले, तरी तिला मुळीच पोहता येत नव्हते. त्या शिक्षणाला पंधरा दिवसांपूर्वी आरंभ झाला... आणि आपल्याला पोहायला यायला लागले, अशा समजुतीने काल सुनेत्रा जुहूवर पोहायला गेली. ओहोटीची ओढ लागून ती जी आत गेली...

एका कोळ्याने तिला वाचविले. मधुकर पाण्यातच होता. पण त्याला पुढे जायची काही छाती झाली नाही.

रात्रभर सुनेत्रा त्या भयंकर प्रसंगाच्या आठवणीने दचकून जागी होत होती आणि आपल्या आईला घट्ट मिठी मारीत होती. माणसाचा धीर हवा, म्हणून मधुकर रात्री

बारापर्यंत तिच्याच घरी राहिला होता आणि पहाटे उठून तिच्या प्रकृतीची चौकशी करण्याकरिता गेला होता. या धांदलीत मी आज ग्वाल्हेराहून येणार, याची त्याला कशी आठवण राहावी?

चहा होताच मधुकराने मला जरा बाजूला नेऊन सांगितले,

"एक गोष्ट विसरू नकोस. सुनेत्रासमोर मला आई आहे, ती बेळगावला आहे, ही गोष्ट बिलकूल बोलायची नाही."

"म्हणजे?" मी आश्चर्याने प्रश्न केला.

"या प्रश्नाचं उत्तर सुनेत्रा तुझी वहिनी झाल्यावर तुला देईन."

मधुकराच्या आयुष्याला अगदी रहस्यमय कादंबरीचे स्वरूप आलेले दिसले. आई जिवंत असून या पोरीला ती मेली आहे, असे का भासवतोय? माझी अक्कल काम करीना! मी मुकाट्याने मधुकर आणि सुनेत्रा यांचे संभाषण ऐकत बसलो. अमक्या चित्राला टेंपो नाही, तमका डायरेक्टर सेटवर अंगात आल्यासारखे करतो, 'क्ष'ने कुणीतरी 'बोकड' कापून नवीन कंपनी काढण्याचे ठरविले आहे, इत्यादी गोष्टींत ती दोघे रंगून गेली होती. पण एखाद्या हिंदू मनुष्याने चुकून रविवारी सकाळी चर्चमध्ये शिरावे, तशी त्या गोष्टी ऐकून माझी स्थिती झाली.

त्यामुळे चहाची पुनरावृत्ती झाली, तेव्हा मी मधुकरला म्हटले,

"संध्याकाळच्या गाडीने बेळगावला जावे, म्हणतो मी."

'बेळगावला...' हा शब्द माझ्या तोंडून बाहेर पडला न पडला, तोच सुनेत्रेने मोठ्या उत्सुकतेने माझ्याकडे पाहिले.

माझे बोलणे संपताच ती म्हणाली,

"बेळगाव मोठं सुंदर गाव आहे, म्हणे! माझी आई लहानपणी तिथे होती. तिच्या तोंडून मी इतके वेळा बेळगावचं वर्णन ऐकलंय की —एकदा बेळगावला जाऊ या, असं हजारदा मी मधुकरांना म्हटलं असेल! पण त्यांना काही मुंबईचा मोह सोडवत नाही!"

"बेळगावसारखं भिकार गाव साऱ्या जगात नाही!" मधुकर म्हणाला.

"माझी आई कधीच खोटं बोलायची नाही, पैज लावा हवी तर! यांच्याबरोबर आपण दोघंही बेळगावला जाऊ या. मला बेळगाव सुंदर वाटलं, तर जाता-येता सारा खर्च तुम्ही करायचा. मला गाव भिकार वाटलं, तर सारा खर्च माझा!"

सुनेत्राने ती पैज मागे घ्यावी, म्हणून मधुकराने खूप प्रयत्न करून पाहिले. पण कलियुगातली स्त्री सिनेमा नटी झाली, तरी तिच्या रक्तात त्रेतायुगातल्या सीता-द्रौपदीचा लहरीपणा भरपूर भरलेला असतो, हा अनुभव त्यालाही आला. शिवधनुष्यभंग, मत्स्यभेद आणि बेळगाव सुंदर आहे की भिकार आहे, हे ठरविण्यासाठी तिथे जाणे, या तिन्ही गोष्टी सारख्याच मूर्खपणाच्या आहेत, असे त्याचा चेहरा एकसारखा

म्हणत होता.

पण मुद्रा आणि मुख यात अनेकदा दोन ध्रुवांचे अंतर असते. तोंडाने त्याला सुनेत्रेच्या बेताला संमती द्यावीच लागली.

सुनेत्रेच्या आईची परवानगी सहज मिळाली. कालच्या अपघातामुळे सुनेत्रेला दोन दिवस कंपनीत जाण्याची जरुरी नव्हती. यामुळे आजच्या मेलने बेळगावला जाऊन उद्याच्या मेलने परत यायचे, असा कार्यक्रम मधुकराने मुक्रर केला. मात्र एकान्त मिळताच रागीट मुद्रेने तो मला म्हणाला,

''आम्ही दोघं उद्या रात्री मेलच्या डब्यात बसल्यावर मग तू खुशाल आईला भेटायला जा! तोपर्यंत दुसरं काही करायचं नाही. आईविषयी अवाक्षर बोलायचं नाही नि मला सोडून कुठं जायचं नाही!''

मधुकर आणि सुनेत्रा यांच्याबरोबर टॅक्सीत बसून बेळगावातून फिरताना मला दहा वर्षांपूर्वीच्या प्रत्येक स्थळाच्या आठवणी येत होत्या. किल्ला, रेसकोर्स, ठळकवाडी- सारे हा हा म्हणता पाहून झाले. प्रत्येक ठिकाणी सुनेत्रा मिस्कीलपणाने म्हणे,

''बेळगाव इतकं सुंदर असेल, अशी कल्पना नव्हती बाई मला!''

तिचे ते वाक्य ऐकून मला हसू येई. पण लगेच माझ्या मनात त्या त्या जागी मधुकर आणि मी यांच्यामध्ये झालेल्या दहा वर्षांपूर्वीच्या संवादाच्या पुसट आठवणी उभ्या राहत आणि माझे हसे जागच्या जागी थांबे. दहा वर्षांपूर्वी कुठलेही बोलणे निघाले, तर त्यात त्याची आईवरील भक्ती दिसून येई! आणि आज... आज बेळगावात येऊन तो उभ्या उभ्या आईला भेटून यायलासुद्धा तयार नव्हता!

मधुकराच्या मनात हे स्थित्यंतर कशामुळे झाले? मी खूप विचार केला, पण आजारी बाईला जटा झालेल्या आपल्या केसांची गुंतागुंत सोडविताना जसे नाकीनऊ येतात, तशी माझ्या गोंधळलेल्या विचारांची स्थिती झाली.

बेळगावला आम्ही ज्या हॉटेलमध्ये उतरलो होतो, तिथेच मेजवानीचा बेत पार पाडायचे ठरले. पण हॉटेलमध्ये फळफळावळ कुठून मिळणार? शेवटी सुनेत्रेच्या आग्रहामुळे मंडईत जाऊन आंबे, द्राक्षे, वगैरे फळे घेऊन यायचे ठरले.

मंडईत मधुकराने खरेदीला सुरुवात केली. मी आणि सुनेत्रा दूर उभे राहून जाणाऱ्या-येणाऱ्या माणसांकडे गमतीने पाहत होतो. पलीकडेच एक विटके लुगडे नेसलेली आणि पोक आलेली बाई भाजी घेत होती. तिचा व माळणीचा संवाद ऐकून सुनेत्रा खुदकन हसली व म्हणाली,

''कोथिंबिरीच्या चार काड्यांसाठी अगदी जीव टाकतेय ती म्हातारी!''

मी चटकन बोलून गेलो,

"तिचं दु:ख तुम्हाला कळायचं नाही!''

सुनेत्रेने माझ्याकडे किंचित रोषाने पाहिले. बोलणे वाढू नये, म्हणून मी मधुकराकडे पाहिले. खरेदी संपवून तो मागे वळून पाहत होता. पायाखाली जिवाणू मिळताच मनुष्याची मुद्रा जशी एकदम बदलेल, तसा क्षणार्धात त्याचा चेहरा झाला! काय झाले, तेच मला कळेना! मी मागे वळून पाहतो, तो—

भाजी घेणारी बाई आमच्याकडे पाहू लागली होती. मी तिला चटकन ओळखले. मनुष्य म्हातारे होऊ लागल्यावर त्याच्या मुद्रेवर लहान मुलाप्रमाणे वेड्यावाकड्या रेघोट्या काढण्याची काळपुरुषाला लहर येत असली, तरी माणसाच्या चेहऱ्याचे वैशिष्ट्य काही त्याला नाहीसे करता येत नाही.

ती बाई... ती मधुकरची आई होती!

हळूहळू ती पुढे आली. आता मला गप्प बसवेना. मी पुढे झालो नि तिला हाक मारली. तिनेही मला ओळखले. लगेच फळांच्या दुकानाकडे पाहत तिने प्रश्न केला,

"मघाशी मधू उभा होता ना रे, तिथे?''

पुष्कळदा खोटे बोलूनच दुसऱ्याला सुखी करता येते! डॉक्टर आजारी मनुष्याशी नेहमी खरे बोलू लागला, तर—

मी एखाद्या कसलेल्या नटाप्रमाणे बेफिकीर मुद्रेने म्हणालो,

"कोण मधू? छे! तो तर कालच कलकत्त्याला गेलाय! त्याच्या कंपनीचं एकदम काही काम निघालं तिकडे!''

"वयामुळे कमी दिसतं मला आताशी, नि मग असला काहीतरी भास होतो!'' म्हातारी हसून म्हणाली. ती हसली, पण आम्हा दोघांच्या डोळ्यांत मात्र पाणी उभे राहिले.

रणांगणावरून पळून जाणाऱ्या शिपायाप्रमाणे मधुकर एकदम बेपत्ता झाला होता. त्याने घेतलेली फळे आम्ही गाडीत घातली, त्याच्या आईलाही आत बसविले नि तिच्या आग्रहावरून आम्ही तिच्या घरी गेलो!

घर कसले? दोन-अडीच अंधाऱ्या खोल्या असलेली जागा होती ती! माणसांपेक्षा झुरळे, पाली आणि उंदीर यांनाच ती पसंत पडणे शक्य होते.

चुलीवर चहाचे आधण ठेवल्यावर म्हातारी बोलू लागली. पहिल्यांदा तिने ग्वाल्हेरच्या सगळ्या माणसांची चौकशी केली. मग मी तिच्याकडे उतरलो नाही, म्हणून तिने मला दोष दिला.

"तुला इथे परकेपणा वाटला, होय?''

असे म्हणून आपल्या निस्तेज, पण प्रेमळ डोळ्यांनी तिने जेव्हा माझ्याकडे पाहिले, तेव्हा मला अगदी भडभडून आले.

"तुम्ही काही परक्या नाही मला, आई..."

असे मी उत्तर देताच, जवळ येऊन तिने माझ्या पाठीवरून हात फिरविला.

तोच प्रेमळ स्पर्श, माझे वडील वारले त्या दिवशी ज्या मायेने तिने मला जवळ घेतले होते, तीच माया आजही तिच्या थरथर कापणाऱ्या हातांतून ओसंडून वाहत होती. माझ्या पाठीवरून हात फिरविताना तिला गहिवरल्यासारखे झाले.

माझ्या मनात आले, मोठ्या झालेल्या मधुकराच्या पाठीवरून असा हात फिरवायला मिळत नाही, या आठवणीने तिचे हृदय व्याकूळ झाले असावे!

आपले दुःख आमच्या लक्षात येऊ नये, म्हणून ती लगेच हसून म्हणाली,

"हे घर तुला परकं नसलं, तरी इथे राहणं तुला आवडायचं नाही, हे कळतं मला! माझ्यासारख्या म्हातारीलाच ते परवडेल! अरे, म्हाताऱ्या माणसाला काय! चिता चंदनाची असो, नाहीतर बाभळीची असो— कुडीला सारखीच!"

तिचे हे विलक्षण वाक्य आम्हा दोघांच्या अगदी जिव्हारी लागले. पण तिचे समाधान करायला मला तोंडच नव्हते!

म्हातारी पुढे बोलू लागली,

"कॉलेजात असतानाच मधूची सिनेमात ओळख झाली, बघ. मी मनाशी म्हटलं, आता वकिलीत नि मास्तरकीत काय उरलंय? त्याला आवडतंय, तर जाऊ दे सिनेमात! पण भारी वाईट धंदा आहे बाबा, हा! वर्षावर्षांत त्याला कधी रजा मिळत नाही; नि मुंबईत राहायला खर्च तरी काय थोडा येतो? शंभर रुपयांतले सारे पंधरा उरतात त्याचे! तेवढे बिचारा पाठवितो मला! पंधराशेसारखे आहेत हं ते मला! वर्तमानपत्रात त्याचा फोटो छापून आला की, बाळ तो मला आणून दाखवितो नि मग..."

तिने उठून कोनाड्यातून चार-पाच कागदाचे तुकडे काढले. मधूच्या फोटोंची कात्रणे होती ती!

"बाळ कुठं दिसत नाही?" विषय बदलण्याकरिता मी प्रश्न केला.

ती हसून म्हणाली,

"आजोळी गेलाय तो... यंदा मॅट्रिकला बसलाय. तो पास झाला नि मधूच्या दोन हाताचे चार हात झालेले पाहिले की, मी सुखानं डोळे मिटीन!"

ती आणखीसुद्धा बोलत राहिली असती, पण चुलीवर उकळू लागलेल्या आधणाने तिला हाक मारली.

चहा घेता घेता सुनेत्राही सिनेमात आहे, असे जेव्हा मी तिला सांगितले, तेव्हा ती हसत तिला म्हणाली,

"बायका आता विमानंसुद्धा चालवायला लागल्या, मग सिनेमाची गं काय कथा?"

आईला नमस्कार करून आम्ही दोघे बाहेर गाडीत येऊन बसलो, तेव्हा मी सुनेत्रेकडे पाहिले. तिच्या गालांवर अश्रू ओघळत होते. पण डोळ्यांत मूर्तिमंत राग उभा होता. पाऊस पडत असताना वीजही चमकत असावी आणि ती कुठे कोसळून पडेल, म्हणून मनात भय उत्पन्न व्हावे, तसा मला तिच्याकडे पाहताना भास झाला.

हॉटेलात आम्ही परत आलो, तो सुनेत्रेच्या नावाने एक पत्र मॅनेजरांनी दिले. तिने ते उघडून वाचले आणि माझ्याकडे फेकले. पत्र छोटेच होते-

'प्रिय सुनेत्रा,
मी मुंबईलाच तुला भेटेन. मला आई आहे, ही गोष्ट मी तुझ्यापासून लपवून ठेवण्याचे कारण— कारण एकच होते. माझे तुझ्यावरले उत्कट प्रेम! माझी जुन्या चालीची आई तुला आवडणार नाही, नि मी तुझ्यासारख्या पतित कुळातल्या मुलीशी लग्न केलेले तिला आवडणार नाही, म्हणूनच मी ही गोष्ट चोरून ठेवली. प्रेमाला सर्व काही क्षम्य असते, नाही का?
तुझा
-मधुकर'

या पत्राचे उत्तर सुनेत्रेने लगेच लिहिले नि ते मला दाखविले—

'मधुकर,
बेळगाव किती सुंदर आहे, हे आज तिथल्या मंडईत मला कळले. तुमच्या आईचे मला तिथे दर्शन झाले. आईपेक्षा मोठे दैवत जगात नाही, असे म्हणतात. याचा पुन्हा एकदा आज अनुभव आला!

असल्या प्रेमळ आईला जो विसरू शकतो, तो उद्या आपल्या पत्नीला विसरणार नाही कशावरून? एक गोरीगोमटी दिसणारी मुलगी रागावेल, म्हणून जिवंत आईला तुम्ही स्वर्गात पाठवून दिलेत! उद्या माझ्यापेक्षा अधिक सुंदर मुलगी तुम्हाला भेटली, तर तुम्ही मलाही असेच मारून टाकाल! त्यापेक्षा मी आधीच मरणे चांगले! नाही का? सुनेत्रा मेली, असेच यापुढे तुम्ही समजा.

तुम्हाला आपली आई अडाणी वाटली, मला आवडणार नाही, असे वाटले; पण खरे सांगू? त्यांच्या एका घटकेच्या सहवासात त्यांनी मला आपलेसे केले. एकही पुस्तकी परीक्षा दिली नसली, तरी आयुष्यातल्या अत्यंत अवघड अशा परीक्षेत त्या पहिल्या आल्या आहेत. ती परीक्षा

म्हणजे भावनेची परीक्षा, त्यागाची परीक्षा, माणुसकीची परीक्षा, अंत:करणाची परीक्षा, मनाच्या मोठेपणाची परीक्षा!

या परीक्षेत तुम्ही नापास झाला आहात. मी पतित कुळात जन्माला आले, म्हणून तुम्ही माझ्याविषयी दया दाखवीत होता; पण खरे सांगू? माझ्या पतित कुळापेक्षा तुमच्या पतित मनाचीच कुणालाही अधिक शिसारी येईल. आयुष्याचा प्रवाह जिकडे वाहवत नेईल, तिकडे जाणारी तुमच्यासारखी माणसे! माणसे कसली? पाचोळाच म्हणायचा तो!

माणूस माणसावर प्रेम करतो; पाचोळ्यावर नाही!

-सुनेत्रा'

■

नवे जग

सूर्य मावळत होता. त्या मावळत्या सूर्याला पाहून वामनला एकदम मरणाची आठवण झाली. त्या मावळत्या बिंबाला मधेच एका मेघखंडाने आच्छादून टाकले. फाशी देताना माणसाच्या तोंडावर काळा बुरखा घालतात, असे वामनने कुठेतरी वाचले होते. त्यासारखे ते दृश्य वाटले त्याला. त्या स्मृतीसरशी त्याच्या अंगावर काटा उभा राहिला.

मरण... फाशी...

सायंकाळच्या रमणीय वेळी असल्या भयंकर कल्पना आपल्या मनात का वावरत आहेत, हे क्षणभर त्याचे त्यालाच कळेना. भुतेसुद्धा काळोख्या रात्रीच थैमान घालतात, म्हणे! मग विशीसुद्धा न उलटलेल्या आपल्यासारख्या तरुणाच्या मनावर अशी अवसेची कळा का पसरावी? या भयंकर स्वप्नातून जागे होण्याची धडपड त्याचे मन करू लागले.

ते म्हणत होते : सायंकाल नेहमी सुंदर असतो! आपण पाचवीत असताना संध्याकाळ झाली की, बालकवींच्या त्या मधुर ओळी एकसारख्या गुणगुणत असू— किती मोहक कल्पना आहे ती! सूर्य संध्येच्या रंगमहालात गेला आहे. तिथे—

त्या ओळी आठवण्याचा वामनाने खूप प्रयत्न केला. पण एखाद्या जुन्या फोटोप्रमाणे आपले पाठांतर अगदी पुसट झाले आहे, असे त्याला आढळून आले. तो स्वतःशीच हसत म्हणाला, मॅट्रिक होऊन तीन वर्षे झाली आपल्याला. चार दिवस मोटार कारखान्यात कारकून हो. चार दिवस डेअरीतले हिशेब ठेव आणि बाकीचे दिवस बेकारीच्या काळजीत काढ, अशी ही वर्षे गेली. या जगात काव्य एकदा पाठ करून चालत नाही. त्याची वारंवार उजळणी व्हावी लागते. पण आपण तर तीन वर्षे एकच गोष्ट घोकीत आलो आहे— नोकरी, कायमची नोकरी, निदान तात्पुरती नोकरी, कुठेही-कसलीही— पण पंचवीस रुपयांची कारकुनाची नोकरी—

पण नोकरी हा हल्ली आकाशातला चंद्र झाला आहे, हा अनुभव त्यालाही येत होता. दातांच्या कण्या करून, इकडल्या तिकडल्या चिठ्या-चपाट्या आणून नोकरी

मिळविण्याची त्याने खूप खटपट केली होती, पण ज्या ज्या आडात त्याने आपला पोहरा मोठ्या आशेने सोडला होता, त्या त्या आडात त्याला खडखडाटच ऐकू आला होता. चुळकाभर तरी पाणी आपल्या पोहऱ्यात येईल, या वेड्या कल्पनेने त्याने अनेकदा तो आडातल्या खडकावर जोरजोराने आपटला होता. त्याचा परिणाम म्हणजे पोहरा आता पुरा पोचलून गेला होता.

त्याच्या मनाला एक एक पोचा पाडणारी ती वाक्ये :

'मॅट्रिक मनुष्यानं सुखानं जगण्याची धडपड करावी कशाला?'

'तुला चार सोडून चाळीस भावंडे असली, तर त्याला आम्ही काय करणार? याबाबतीत तुझ्या आईबापांनी काळजी घ्यायला हवी होती!'

'माणूस होणं हे मोठं पाप आहे, पोरा! सुंदर घोडा झाला असतास, तर चांदीच्या तोबऱ्यातून चंदी खाल्ली असतीस! कुलंगी कुत्रं झाला असतास, तर सिनेमा नटीच्या जॉर्जेटच्या पातळावर लोळायला मिळालं असतं! तू माणूस झालास, ही फार मोठी चूक केलीस आणि गरिबीतून धडपडत मॅट्रिक झालास, हा तर तुझा फारच मोठा गुन्हा झाला. या गुन्ह्याबद्दल ही शिक्षा—'

एका विक्षिप्त म्हाताऱ्याचे बोलणे होते हे! पण त्याचा शब्द नि शब्द वामनला राहून राहून आठवे.

त्याने समोर पाहिले. सूर्यबिंब पार मावळून गेले होते. त्याला वाटले, आपली जगण्याची इच्छाही अशीच मावळून गेली आहे. आपण जगायचे कशासाठी? कुणासाठी? कुणासाठी या प्रश्नाचे उत्तर म्हणून त्याच्यापुढे पाच केविलवाणे चेहरे उभे राहिले. नेहमी आजारी असणारी आई आणि एकापेक्षा एक लहान अशी चार भावंडे!

गतवर्षी वामन दोन दिवस आईला भेटायला म्हणून गेला होता. तेव्हा ताईने त्याच्यापाशी फुलांच्या पातळाचा हट्ट धरला होता! आणि वामनने कागदाच्या पत्रास होड्या करून दिल्या, तरी धाकटा बाबू रडतच राहिला होता. त्याला जमिनीवरून धावत जाणारी आगबोट हवी होती. 'पुढल्या वर्षी येईन, तेव्हा तुझ्यासाठी आगबोट घेऊन येईन हं!' असे वामनने त्यावेळी बाबूला आश्वासनही दिले होते.

पण या उभ्या वर्षात स्वत:चे पोट भरता भरताच वामनच्या नाकीनऊ आले होते. दर महिन्याला आईला पाच-दहा रुपये पाठवायचे ते दूरच राहिले. मध्यंतरी तिच्याकडून एकदा पैसे मागविण्याची पाळी त्याच्यावर आली होती. शाळेत असताना 'काकोऽपि जीवति चिराय बलिं च भुंक्ते' हा चरण गुणगुणत आयुष्यात काहीतरी सत्कार्य करण्याचा त्याने अनेकदा निश्चय केला होता. पण अनुभवाने पोळलेले त्याचे मन म्हणत होते :

'त्या सुभाषितातला कावळा मोठा भाग्यवान असला पाहिजे. त्याला दररोज पोटभर खायला तरी मिळत होते. मला तेवढेही—'

घरट्याकडे परत जात असलेल्या कावळ्यांचा वामनला हेवा वाटला. त्याच्या मनात आले, या कावळ्यांनी कुठून ना कुठून आपल्या पिलांकरिता चारा आणला असेल. पण मी? मला खेड्यातल्या घरी जायला— आईला नि धाकट्या भावंडांना तोंड दाखवायला शरम वाटते! मला घरटे आहे. पण—

त्याची विचारांची साखळी इथेच तुटली. त्याच्या खिशातले पत्र मधेच ओरडले,

'तुझं घरटं आता तुझं नाही! ते—'

वामनने खिशातून आईचे पत्र काढून ते पुन्हा वाचले. दुपारी डोळ्यांत पाणी आणून त्याने त्या पत्राची पारायणे केली होती. पण त्या पाण्याने त्यातले अवाक्षरसुद्धा पुसट झाले नव्हते. दोनशे रुपयांचे पूर्वीचे कर्ज व त्याचे व्याज यांच्यापायी वामनचे खेड्यातले घर आता सावकाराच्या ताब्यात जाणार होते. कुणातरी दुष्ट मनुष्याने घरटे मोडून त्यातली पंख न फुटलेली पिले जमिनीवर टाकली, म्हणजे पक्षिणीला काय यातना होत असतील, याची कल्पना आईच्या पत्रातला एक एक शब्द वाचून त्याला येत होती.

पण या पत्राचे उत्तर काय पाठवायचे? दोनशे पयांना महाग असलेल्या मनुष्याने दोनशे रुपये कुठून उभे करायचे? वामनचे मन तडफडून म्हणत होते— हरिश्चंद्राच्या वेळी गुलाम म्हणून तरी माणसाला काहीतरी किंमत होती. पण आजच्या या काळात...

जवळच्या गिरणीचा भोंगा वाजू लागला. गिरणी सुटली. थोड्याच वेळात पलीकडच्या रस्त्याने मजुरांच्या झुंडीच्या झुंडी जाऊ लागल्या. बायका, पुरुष, मुसलमान, मराठे, सर्व जातींची, सर्व प्रकारची मंडळी त्यात दिसत होती.

वामन कुतूहलाने या नव्या जगाकडे पाहू लागला. बायकांची ती विटकी नि फाटकी लुगडी, पुरुषांचे दाढ्या वाढलेले चेहरे, कित्येकांच्या हातांतले कळकट डबे, बहुतेकांच्या पायांतल्या जाडजूड वहाणा— हे काही निराळेच जग आहे, असे त्याला वाटले.

थोड्याच वेळात गिरणीकडे रात्रपाळीच्या मजुरांच्या झुंडी येऊ लागल्या. मघाशी गिरणीतून बाहेर पडलेल्या माणसांसारखीच सारी माणसे होती ती! त्यांचे हसणे-खिदळणे ऐकून वामनला कसेसेच वाटले! तो उठून हळूहळू चालू लागला. पण तो दीड-दोन फर्लांग गेला नाही, तोच एके ठिकाणी बरीच गर्दी जमलेली त्याला दिसली. काय आहे, म्हणून पाहण्याकरिता तो गर्दीतून पुढे झाला. एका विहिरीच्या काठावर एका तरुण स्त्रीचे प्रेत नुकतेच बाहेर काढून ठेवले होते. तिने जीव दिला असावा, हे उघडच होते. वामन लोकांची कुजबुज ऐकू लागला. सासूच्या छळाला कंटाळून त्या तरुण पोरीने आत्महत्या केली होती.

वामन निरखून त्या प्रेताकडे पाहू लागला. पायाखाली साप सापडावा, तसा तो

एकदम दचकला. त्याला समोर त्या तरुण स्त्रीचे प्रेत दिसले नाही. आपण स्वत:च निर्जीव स्थितीत तेथे पडलो आहो, असा भास झाला त्याला.

त्या भयंकर भासाचा विसर पडावा, म्हणून तो झपाझपा चालू लागला. खूप लांब गेल्यावर त्याने मागे वळून पाहिले. ती विहीर-तिच्या भोवतालची ती गर्दी— काही काही दिसत नव्हते त्याला आता. क्षणभर त्याला हायसे वाटले. पण लगेच त्याला त्या दुर्दैवी स्त्रीचा चेहरा दिसू लागला. हा-हा म्हणता त्या चेहऱ्याच्या जागी त्याला स्वत:ची मुद्रा स्पष्ट दिसू लागली. तो गोंधळून गेला.

त्याचे मन म्हणत होते- त्या तरुण स्त्रीचा छळ सासू करीत होती. तुझा छळ परिस्थिती करीत आहे. ती आत्महत्या करून सुखी झाली आणि तू मात्र—

मोटार उताराला लागलेली असावी आणि तिचा ब्रेक एकदम नादुरुस्त व्हावा, तशी या कल्पनेने वामनच्या मनाची स्थिती झाली. आपण भोगीत असलेल्या त्रासांतून आणि कटकटीतून सुटायला आत्महत्येशिवाय दुसरा मार्गच नाही, अशी त्याची खात्री झाली. वळवाच्या पावसाच्या वेळी आभाळ जसे हा-हा म्हणता अंधारून येते, तसे आत्महत्येच्या विचारांनी त्याचे मन भरून गेले. त्याचे पाय एकदम आगगाडीच्या दिशेला वळले.

रुळांवर बसून तो विचार करू लागला. काळोखात चमकणाऱ्या चांदण्या, दुरून लुकलुकणारे गावातले विजेचे दिवे, त्याच्या अंगाला गुदगुल्या करीत जाणाऱ्या वायुलहरी, सारे चराचर जग त्याला जगण्यात आनंद आहे, म्हणून सांगत होते. पण त्याचे मन म्हणत होते— कशासाठी जगायचे? दररोज उठून पोटाची काळजी करीत बसायसाठी? कसाईखान्यात घातल्या जाणाऱ्या मेंढरांना शेवटचा एकच दिवस कष्टात काढावा लागतो. पण ज्याची आला दिवस दु:खाशी गाठ, त्याने जगण्याची निष्फळ धडपड करण्यात काय अर्थ आहे?

रूळ हळूहळू हादरू लागले. गाडी जवळ येत होती. मन घट्ट करून वामन रुळांवर आडवा झाला.

क्षणार्धात कुणीतरी आपल्याला मागे ओढीत आहे, असा विचित्र भास त्याला झाला. त्याने मान वर करून मागे वळून पाहिले. मघाशी विहिरीत जीव दिलेली ती तरुणीच त्याच्या मागे उभी होती.

त्याच्या अंगाला दरदरून घाम सुटला. एकदम उठावे आणि दूर दूर पळत जावे, असे त्याला वाटले. पण लगेच त्याने आपला आत्महत्येचा निश्चय कायम केला. तो मनात म्हणत होता— आपली आई दुसऱ्याच्या घरी मोलमजुरीचे काम करीत आहे, हे डोळ्यांनी पाहण्यापेक्षा ते कायमचे मिटलेले काय वाईट! आपल्याला

भावाबहिणीचे शिक्षण करता येणार नाही. त्यांना चांगला कपडालत्ता देता येणार नाही, त्यांना स्वप्नातसुद्धा सुग्रास अन्न मिळणार नाही! हे सारे पाहण्यापेक्षा एका क्षणात या जगाचा निरोप घेतलेला काय वाईट?

स्थिर मनाने तो रुळांवर पडून राहिला. आपल्या शांतपणाचे त्याचे त्यालाच आश्चर्य वाटले. मरणानंतर आपल्याला दिसणारे नवे जग कसे असेल, या कल्पनातरंगांत क्षणभर तो रमून गेला.

पण दुसऱ्याच क्षणी त्याच्या अंगाचा थरकाप झाला. बावटा न पडल्यामुळे असेल किंवा स्टेशन जवळ आल्यामुळे असेल, आगगाडीने जी कर्णकर्कश शिटी फुंकली, ती ऐकताच त्याचे हृदय धाडधाड उडू लागले. तो एकदम रुळांवरून उठून बाजूला उभा राहिला.

खाडखाड, धाडधाड करीत गाडी त्याच्या पुढून जाऊ लागली. तिसऱ्या वर्गाच्या साऱ्या डब्यात विलक्षण गर्दी होती. कितीतरी माणसे सामानावर बसली होती. एक बाई तान्हे मूल पोटाशी धरून खिडकीजवळ अंग चोरून उभी असलेली त्याला दिसली.

तिसऱ्या वर्गाच्या डब्यांमागून दुसऱ्या वर्गाचे डबे आले. त्यात एक भलामोठा मनुष्य चिरूट ओढीत बसला होता.

गाडी निघून गेली, तरी वामन तसाच उभा होता. राहून राहून ती खिडकीपाशी उभी असलेली बाई त्याला आठवू लागली. एकसारखे उभे राहून तिचे अंग किती अवघडले असेल! पण ती तो सारा त्रास आनंदाने सोशीत नव्हती का? मग आपणच—

वामनचे पाय गावाकडे वळले. थोडे चालून गेल्यानंतर त्याला गावाबाहेरच्या एका बंगल्यात मोठा लखलखाट दिसला. कसली तरी मेजवानी असावी आत. रस्त्यावरून दिसणाऱ्या खिडकीतून वामनने पाहिले. साहेबी पोशाख केलेले पुरुष, नटींप्रमाणे रंगलेल्या बायका— त्याने दुसरीकडे पाहिले. काटे-चमच्यांच्या किणकिणाटातच ग्रामोफोन सुरू झाला—

'माझा गुलाब अंगणि फुलला गं!'

वामन विमनस्कतेने समोर पाहत होता. गिरणीच्या धुराड्यातून बाहेर येणारा धूर, रातपाळी करणारे मजूर आपले काम किती प्रामाणिकपणाने करीत आहेत, हे दाखवीत होता. निव्वळ चैनी लोकांनी भरलेल्या या बंगल्यापाशी क्षणभरही राहू नये, असे त्याला वाटले.

तो भरभर चालू लागला. 'माझा गुलाब अंगणि फुलला गं' या गाण्याचे सूर त्याला अस्पष्टपणे ऐकू येतच होते. त्याच्या मनात आले— आपल्या अंगणात गुलाब फुलविणाऱ्या लोकांना त्यांचा तांबडा रंग कुणाच्या रक्ताचा असतो, याची

कल्पनासुद्धा येत नसेल!

गिरणीजवळच्या मजुरांच्या वस्तीतून वामन जाऊ लागला. मातीची छोटी बैठी घरे! त्यांना अंगण कुठून असणार? मग अंगणात गुलाब फुलण्याची गोष्ट दूरच राहिली!

एका घरापुढे पाच-दहा माणसे उकाड्यामुळे बाहेरच झोपली होती. त्यांची ती चिंध्यावजा चिरगुटे पाहून, मघाच्या बंगल्यातल्या एका तरुणीच्या जॉर्जेटच्या पातळाची वामनला आठवण झाली.

तो हळूहळू चालू लागला. एका घरात कुणीतरी भजन करीत आहे, असे त्याला वाटले. तो लक्ष लावून ऐकू लागला. तुकोबाचा अभंग होता तो—

'जेथे जातो, तेथे तू माझा सांगाती! चालविसी हाती धरूनिया'

मघाशी ऐकलेली ती ओळ— 'माझा गुलाब अंगणि फुलला गं' आणि ही ओळ— 'जेथे जातो, तेथे तू माझा सांगाती। चालविसी हाती धरूनिया'— अगदी भिन्न अशी दोन जगे एकमेकांना बिलगून बसली आहेत, असे वामनला वाटले.

पलीकडच्या एका खडकावर त्याने अंग टेकले. कितीतरी वेळ तो विचार करीत होता. त्याला वाटू लागले. 'जीवन ही लढाई आहे' हे सुभाषित या निरक्षर लोकांनी ऐकले नसेल— पण त्याचे आचरण त्यांच्या हातून अखंड होत आहे. आणि आपण सुशिक्षित लोक मात्र? सुभाषिते पाठ करायची आणि ती आचरणात आणायच्या वेळी त्यांच्याकडे पाठ फिरवायची, एवढेच काय ते आपल्याला साधते.

कोंबडा आरवला. साडेचारचा भोंगा वाजला. रातपाळीचे मजूर गिरणीतून बाहेर पडले. त्यांच्याकडे पाहताना मनात आले—

हे खरे शिपाई आहेत. आपण मात्र निव्वळ पळपुटे!

थोड्या वेळाने त्याचा डोळा लागला. राहून राहून त्याला एकच स्वप्न पडत होते :

कुठेतरी असंख्य सैनिक लढत आहेत. अंगांतून रक्ताच्या धारा गळत असतानाही ते म्हणत आहेत,

'आम्ही नव्या जगातले शिपाई आहोत, शेवटी आम्हीच विजयी होणार आहो!'

त्या सैन्यात सामील होण्याची विलक्षण इच्छा त्याच्या मनात उत्पन्न झाली.

तो जागा झाला, तेव्हा पूर्वेकडे सूर्यबिंब वर येत होते. त्याने भोवताली पाहिले— एका नव्या जगात आपला जन्म झाला आहे, असे त्याला वाटले. गिरणीकडे येणाऱ्या मजुरांच्या गर्दीत तोही मिसळला.

■

निर्माल्य

पूजा संपत आली.

फुलांच्या राशीच्या राशी देवावर वाहिल्या गेल्या होत्या. त्या पुष्पराशींतले प्रत्येक फूल हसत होते.

आज आपल्या आयुष्याचे सार्थक झाले, असेच जणूकाही ते हास्य म्हणत होते.

देवही हसत होता. भक्तीने कोण प्रसन्न होत नाही?

दुसरे दिवशी सकाळी पुजारी देवाच्या मूर्तीवरली ती सुकून गेलेली फुले काढू लागला.

फुले केविलवाण्या दृष्टीने मूर्तीकडे पाहत म्हणाली,

''देवा, तू भावाचा भुकेला आहेस. रूप करपले, वास हरपला, म्हणून तू काही आपल्या भक्तांना अंतर देणार नाहीस.''

देवाला फुलांचे बोलणे ऐकूच गेले नाही. जगातली दु:खे समूळ नाहीशी कशी होतील, या विचारात तो गढून गेला होता!

पूजेकरिता ताज्या फुलांच्या राशीच्या राशी आत येऊ लागल्या.

कोपऱ्यात पडलेली सुकलेली फुले ओरडली,

''आल्या पावली मागं चला. नाहीतर— काल आम्ही हसत होतो, पण आज? अंधळ्या भक्तीनंच आमचा घात—''

''पुजारी, हे निर्माल्य अजून बाहेर फेकून का दिलं नाही?'' मूर्तीच्या मुखातून एकदम गंभीर उद्‌गार आले.

सभामंडपातून बाहेर फेकली जाणारी फुले किंचाळली,

''आम्ही निर्माल्य! आणि तू? तू दगड आहेस... शुद्ध दगड... हा देव कसला? हा...''

पुढचे शब्द कुणालाच ऐकू गेले नाहीत. पूजा सुरू झाली होती... गंभीर

घंटानाद... भक्तिपूर्ण... स्तोत्रपाठ... देवाधिदेवाच्या जयजयकाराने सारे वातावरण भरून गेले.

पूजा संपली! ताज्या फुलांच्या राशीवर राशी देवावर वाहिल्या गेल्या. त्या पुष्पराशींतले प्रत्येक फूल हसत होते.

आज आमच्या आयुष्याचे सार्थक झाले, असेच जणूकाही ते हास्य म्हणत होते.

देवही हसत होता.

भक्तीने कुणाचे मन प्रसन्न होत नाही?

■

दुसरी बायको

अनिरुद्धाश्रमासमोर व्हिक्टोरियावाल्याने गाडी उभी करून मागे पाहिले पण पंडितरावांना गाडीचे घोडे थांबल्याचा पत्ताच नव्हता!

आश्रमाच्या आसपास घुटमळणारा एक पाटीवाला धावत धावतच गाडीपाशी आला. ट्रंक, होल्डऑल, असले काहीच ओझे व्हिक्टोरियावाल्यापाशी दिसेना. तेव्हा त्याची थोडी निराशा झाली. पण त्याने पुढे होऊन प्रश्न केला,

''साहेब, ओझं आहे का?''

आता कुठे पंडितराव आपल्या तंद्रीतून जागे झाले. त्यांच्या मनात आले, हॉस्पिटलमध्ये बायकोला पोहोचवून येणाऱ्या मनुष्याच्या मनावर फार मोठे ओझे असते, पण ते ज्याचे त्यालाच वाहून न्यावे लागते. हे काही मोलमजुरीचे काम नाही!

गाडीतली स्वारी रेल्वेने आलेली नाही, अशी खात्री होताच हेलकरी हिरमुसल्या चेहऱ्याने निघून गेला. पंडितरावांनी खाली उतरून खिशातले पाकीट काढले नि त्याच्यातले सहा आण्यांचे पैसे व्हिक्टोरियावाल्याच्या हातावर ठेवले. ते पाठ वळवून आश्रमात शिरणार, तोच व्हिक्टोरियावाला ओरडला,

''साहेब, ही आणेली गुळगुळीत आहे!''

एरवी पंडितरावांनी त्या आणेलीच्या बाबतीत व्हिक्टोरियावाल्याशी घटकाभर हुज्जत घालायला कमी केले नसते. प्रसंगी 'ही आणेली काही मी घरात तयार केली नाही' म्हणून प्रचंड वादही घातला असता, पण मघाशी हॉस्पिटलमध्ये त्यांचे नि डॉक्टरचे जे संभाषण झाले होते, त्यामुळे 'आपलंच नाणं खोटं, तिथं दुसऱ्याला काय बोल लावायचा?' हा भाव चेहऱ्यावर दर्शवीत त्यांनी ती गुळगुळीत आणेली मुकाट्याने परत घेतली आणि दुसरी आणेली त्या व्हिक्टोरियावाल्याच्या हातावर ठेवली.

बाहेरून आत येताच मॅनेजरांच्या टेबलाजवळ जायचे, खिशातून विडी काढावयाची आणि तिचा धूर सोडीत सोडीत मॅनेजरांशी चालू महायुद्धाच्या गोष्टी करायच्या, हा पंडितरावांचा गेल्या चार-पाच दिवसांचा क्रम होता.

पण आज त्यांच्या मनात महायुद्धापेक्षाही मोठी धुमाळी माजली होती. हॉस्पिटलवरला मुख्य डॉक्टर मोठा फटकळ होता. आज पंडितरावांच्या बायकोला तपासून 'ॲडमिट' केल्यानंतर तो म्हणाला होता,

"ही तुमची बायको आहे, हे खरंच वाटलं नाही मला. तुमच्या वडील बहिणीसारखी दिसते अगदी! अशीच आणखी पाच वर्षं गेली, तर तुम्ही तिचे चिरंजीव शोभाल!"

डॉक्टर मजकुरांची फी कमी पडावी, म्हणून पंडितरावांनी त्यांच्या मावसभावाच्या दत्तक मुलाच्या मेव्हण्याची चिठ्ठी आणून त्यांची खासगी ओळख करून घेतली होती. डॉक्टरांचे हे बोलणे ऐकल्यावर, 'ओळखीचा चोर जिवानिशी सोडीना!' या म्हणीचा पंडितरावांना आज पुरेपूर प्रत्यय आला.

त्यामुळे मॅनेजरांच्या टेबलाकडे न जाता ते सरळ वर्तमानपत्रांकडे वळले. त्यांचे डोळे चौकटीत अडकविलेल्या 'लोकमान्या'तल्या महायुद्धाच्या बातम्या पाहत होते. पण त्यांच्या कानांत डॉक्टरांचे एकच वाक्य घुमत होते :

'अशीच आणखी पाच वर्षं गेली, तर तुम्ही तिचे चिरंजीव शोभाल!'

मनातल्या मनात डॉक्टरवर दात-ओठ खात पंडितराव 'टाइम्स'मधली बातमी वाचीत होते. बॉम्बची वृष्टी होण्यापूर्वीचे आणि वर्षाव झाल्यानंतरचे असे वॉर्साचे दोन फोटो त्या बातमीच्या मागच्या पानावर छापले होते.

पंडितराव कवी नव्हते. उपमा कशाशी खातात, हेही त्यांना ठाऊक नव्हते. पण डॉक्टरांच्या उद्गारामुळे क्षुब्ध झालेल्या त्यांच्या मनापुढे स्वत:च्या बायकोची दोन चित्रे उभी राहिली. पहिले लग्नाच्या वेळचे व दुसरे आज हॉस्पिटलमध्ये अंथरुणावर पडल्या पडल्या तिने मानेने त्यांना निरोप दिला, त्यावेळचे! फुललेला गुलाब आणि पाने गळून पडलेला गुलाब यांच्याइतके त्या दोन आकृतींत अंतर होते.

पूर्वीचे वॉर्सा आणि आताचे वॉर्सा! आठ वर्षांपूर्वीची आपली पत्नी आणि आपली आजची पत्नी!

बॉम्बची वृष्टी!

—आणि आपला संसार!

पंडितरावांना वर्तमानपत्रातल्या चित्रांकडे पाहवेना! ते तडक चालू लागले.

मॅनेजरांना हे पाहून फारसे आश्चर्य वाटले नाही! पंडितराव आज बायकोला इस्पितळात ठेवण्याकरिता घेऊन गेले होते, हे त्यांना ठाऊक होते. ते शेजारी बसलेल्या मनुष्याच्या कानात कुजबुजले,

"याला म्हणावं प्रेम! बायकोपुढे विडीचीसुद्धा आठवण राहिली नाही गृहस्थाला!"

मुलांना आजोळी ठेवून पत्नीला डॉक्टरांना दाखविण्याकरिता पंडितराव आले

होते. सासुरवाडीहून आपल्या तीन पिलांच्या क्षेमसमाचाराचे पत्र आले आहे की काय, हे पाहण्याकरिता त्यांनी सर्व पत्रांवरून नजर फिरविली. पत्रांच्या बोर्डाजवळच आश्रमात राहणाऱ्या लोकांच्या नावाचा बोर्ड होता. पंडितरावांनी सहज त्याच्याकडे पाहिले. आपल्याजवळची रिकामी खोली भरलेली पाहून त्यांना आश्चर्य वाटले.

त्यांनी आपला चश्मा नीट करून आपल्या शेजारच्या खोलीत आलेल्या माणसांची नावे वाचली—

'श्रीकांत घाटे,' 'सौ. वसुंधरा घाटे.'

श्रीकांत घाटे!

हे नाव आपण कुठेतरी ऐकले आहे, असे पंडितरावांना वाटू लागले.

त्यांनी स्मरणशक्तीला खूप ताण देऊन पाहिला, पण परीक्षेच्या वेळी एखादी गोष्ट जो जो अधिक आठवून पाहावी, तो तो तिचा अधिक विसर पडतो. एक-दोन मिनिटे त्यांची अशीच स्थिती झाली.

—आणि मग अमेरिकेची जमीन दिसताच कोलंबसाला जेवढा आनंद झाला असेल, तेवढा त्यांना एकदम झाला.

त्यांची स्मरणशक्ती व्हेसुविअसप्रमाणे जागृत झाली होती.

त्यांना आठवू लागले— श्रीकांत घाट्याचे नि आपले लग्न आठ वर्षांपूर्वी एकाच मुहूर्तावर झाले. त्याची बायको ही आपल्या बायकोची लहानपणीची मैत्रीण! त्या लग्नाला जायची आपल्या पत्नीची फार इच्छा होती. पण तिचे स्वतःचेच लग्न असल्यामुळे ती पार पडू शकली नाही. लग्नानंतर दोन-तीन वर्षे ती या गोष्टीचा वारंवार उल्लेख करीत असे.

पुढे ती ही गोष्ट विसरूनही गेली असती, पण श्रीकांत वकिली करता करताच एका चित्रपटमंडळीचा कथालेखक झाला. त्याचे पहिले चित्र बरेच गाजले. त्यावेळी त्याचा फोटो अनेक वर्तमानपत्रांत छापून आला. फोटोखाली दिलेल्या माहितीत श्रीकांतची प्रेमळ पत्नी वसुंधराबाई यांचाही उल्लेख होता.

तो मजकूर वाचून पंडितरावांची पत्नी फार अस्वस्थ झाली. वर्तमानपत्रात आपले नाव कधीच येणार नाही, आपला नवरा सावकार असला, तरी त्याचा फोटो कुणीच छापणार नाही— इत्यादी इत्यादी गोष्टी तिच्या मनाला लागल्या असाव्यात!

तिच्या मनाच्या या जखमेवर खपली धरली. एवढेच नव्हे, तर ती वाळून निखळून पडली, अशी पंडितरावांची कालांतराने खात्री झाली.

पण गतवर्षी मुंबईतल्या वर्तमानपत्रांत श्रीकांतच्या चौथ्या चित्रपटाच्या जाहिराती फडकत असताना एक टूरिंग टॉकी पंडितरावांच्या खेड्यात येऊन दाखल झाली. तिच्याजवळ श्रीकांताचे पहिले चित्र होते. ते चित्र पाहणे म्हणजे ठिकठिकाणी भोके पडलेले धोतर नेसण्यासारखेच होते. पण चित्रपट ही त्या खेड्यातली नवी नवलाई

असल्यामुळे ते चित्र फार लोकप्रिय झाले.

चित्र पाहून आल्यावर पंडितरावांच्या पत्नीला आपल्या मैत्रिणीची इतकी आठवण येऊ लागली की, शेवटी तिने तिला एक पत्र लिहिले. त्या पत्राच्या उत्तरात वसुंधराही घरी स्वयंपाक करते, तिलाही आपल्यासारखी तीन मुले आहेत, इत्यादी गोष्टी जेव्हा पंडितरावांच्या पत्नीला वाचायला मिळाल्या, तेव्हा कुठे तिच्या मनाची तगमग थांबली.

हा सारा इतिहास डोळ्यांपुढे उभा राहताच पंडितराव मोठ्या उत्सुकतेने मॅनेजरच्या टेबलापाशी गेले. नेहमीप्रमाणे ते विडी ओढण्याकरिता आले आहेत, असे वाटून मॅनेजरांनी काड्यांची पेटी त्यांच्यापुढे केली, पण तिला हातसुद्धा न लावता पंडितरावांनी विचारले,

"हे श्रीकांत घाटे म्हणजे सिनेमाच्या गोष्टी लिहितात, ते का?"

मॅनेजर खो-खो हसत म्हणाले,

"ते कशाला आमच्याकडे उतरतात? अहो, टॅक्सी करणारी मंडळी व्हिक्टोरियात कशाला बसतील? हा दुसराच कुणीतरी घाटे आहे. सिनेमातला मनुष्य असता, तर ताजमहालात उतरला असता! आमच्या या गरीब आश्रमात कशाला आला असता?"

मॅनेजरच्या या सरबत्तीने पंडितराव सर्दच झाले. त्यांचे एक मन म्हणत होते :

श्रीकांत घाट्यासारखा प्रसिद्ध मनुष्य या एका बाजूला असलेल्या सामान्य आश्रमात कशाला उतरायला येईल?

दुसरे मन म्हणत होते :

श्रीकांत घाटे या नावाचा दुसरा मनुष्य असू शकेल, पण या दुसऱ्या श्रीकांतच्या बायकोचे नाव वसुंधराच असावे हे... छे! अगदी अशक्य आहे हे!

हा श्रीकांत घाटे आपल्या बायकोच्या मैत्रिणीचा नवराच असला पाहिजे, अशी खात्री होऊन पंडितरावांनी मॅनेजरला पृच्छा केली,

"तीन मुलं आहेत ना त्यांच्याबरोबर?"

"तीन?" असा प्रश्न करून मॅनेजर पुन्हा हसू लागले.

पंडितरावांच्या मनात आले, आपला आकडा चुकला असावा. त्या वसुंधरेचे आपल्या बायकोला पत्र आल्याला वर्ष होऊन गेले. एवढ्या अवधीत तिला आणखी एक मूल व्हायला काहीच हरकत नाही. मॅनेजरांच्या हसण्याला आलेली उकळी आता शांत झाली होती! ते पंडितरावांना म्हणाले,

"मुले काही आभाळातून पडत नाहीत!"

"म्हणजे!"

मॅनेजर खालच्या आवाजात उद्गारले,

“हनिमूनकरिता हे जोडपं मुंबईला आलंय!”

“हनिमून?”

आता मात्र पंडितरावांना माघार घेणे प्राप्तच होते. लग्न झाल्यावर आठ वर्षांनी हनिमून! तीन मुलांची आई हनिमून कसला कपाळाचा करणार! आपली बायको त्या श्रीकांताच्या बायकोच्याच वयाची! ती तर आज दवाखान्यात आहे. तिला पाहून डॉक्टर आपल्याला म्हणाले...

डॉक्टरांच्या त्या क्रूर थट्टेची आठवण असह्य झाल्यामुळे पंडितरावांनी मॅनेजरला प्रश्न केला,

“हे जोडपं हनिमूनकरिता आलंय, म्हणून कुणी सांगितलं?”

“अहो, ती पोरगी भिंगरीसारखी नाचत होती, तेव्हा मी सहज विचारलं, ‘इतका आनंद कसला झालाय?’ तिने उत्तर दिले, ‘लग्नाचा!’ लगेच तिच्याकडे पाहत नवरा म्हणाला, ‘हनिमूनसाठी मुंबईला आलोय आम्ही!’ ”

निरुत्तर होऊन पंडितराव जिना चढू लागले.

ते श्रीकांताच्या खोलीपाशी आले, तेव्हा दारात पाठमोरा उभा असलेला एक पुरुष त्यांना दिसला. श्रीकांतचा पूर्वी पाहिलेला फोटो त्यांच्या डोळ्यांपुढे उभा राहिला. मनात आलेली शंका दूर करून घ्यायची हीच संधी होती! ते एकदम इतक्या जोराने खोकू लागले की, दारात उभा असलेला मनुष्य डॉक्टर असता, तर धावत येऊन त्याने त्यांच्या छातीवर स्टेथॉस्कोपच लावला असता.

डॉक्टर नसल्यामुळे तो धावत आला नाही, पण त्याने वळून एवढी मोठी खोकल्याची उबळ कुणाला आली आहे, हे पाहिले.

पंडितरावांना वाटले, आपण जिंकले. श्रीकांत घाट्याच्या फोटोशी दारातल्या मनुष्याचे बरेच साम्य होते.

खोलीत गेल्यावर पंडितरावांना खोकला मुळीच आला नाही. मात्र भिंतीला कान लावूनही त्यांना पोरांची किलबिल, किरकिर काही म्हटल्या काही ऐकू येईना!

मधली भिंत वर छपराला भिडलेली नव्हती. त्यामुळे थोड्या वेळाने पलीकडून संवाद ऐकू येऊ लागला,

“अजून भूक लागली नाही वाटतं?”

“अंहं!”

“घड्याळात बारा वाजलेत!”

“दिवसाचे की रात्रीचे?”

“आज असं झालंय तरी काय?”

“काही नाही! आपलं दोघांचं लग्न!”

"लग्न झाल्यानंतर जेवावं लागतं हं!"

"हो. पण ते एका ताटात- एकमेकांचं उष्टं—"

पंडितराव मनात म्हणाले,

"हा श्रीकांत सिनेमात जाऊन चांगलाच पागल झालेला दिसतो! नि लग्नाविषयी तो जे बोलला, त्याचा अर्थ काय?"

वाईट गोष्टी ऐकण्यापेक्षा पाहणे अधिक कठीण असते!

पण एका तासाने हा पागलपणा पाहण्याचा प्रसंगही पंडितरावांवर ओढवला. ते फर्स्ट क्लासात जेवायला गेले, तो मधल्या लाकडी पार्टिशनच्या पलीकडे हसणे-खिदळणे चालले होते. कुजबुज, गुलगुल गोष्टी आणि एकदम हास्याचा स्फोट!

हनिमूनवाले जेवायला बसले आहेत, हे पंडितरावांनी ताडले. ते पार्टिशनच्या टोकाशीच बसले. थोडे वाकून, वळून पाहिले की, पडद्याआड काय चाललंय, हे दिसायला हरकत नव्हती.

आज पंडितरावांचे जेवणावर लक्ष नाही, हे वाढप्याच्यासुद्धा लक्षात आले. त्याने सहानुभूतीने विचारले,

"दवाखान्यात सारं ठीक आहे ना?"

"दवाखाना!" तो काय विचारत आहे, हेच पंडितरावांना प्रथम कळेना. मग एकदम ते हसून म्हणाले, "हो, हो, हो! सारं ठीक आहे!"

वाढपी निघून जाताच त्यांनी हळूच डोकावून पाहिले—

अरे बाप रे!

तो श्रीकांत त्या बाईच्या पानातले उष्टे भजे आपल्या तोंडात कोंबीत होता! आणि ती पोरटी— तिने तर अगदीच ताळतंत्र सोडलेला दिसला. त्याच्या पानातली पुरीच उचलली तिने!

ही बेफाम बाई आपल्या बायकोची लहानपणाचीच काय, पण पूर्वजन्मीचीसुद्धा मैत्रीण असणे शक्य नाही, अशी कल्पना पंडितरावांच्या मनात येऊन गेली.

पाच मिनिटांनी याबाबतीत त्यांची पुरी खात्री झाली.

ते जोडपे आचवावयाला गेल्यावर पंडितरावही पानावरून उठले. त्यांनी दुरून बाईचे अगदी सूक्ष्म निरीक्षण केले. गोल पातळ, उघडे दंड, पाठीवरचा शेपटा, हातावरले रिस्टवॉच, हात धुताना मधेच श्रीकांतवर उडविलेले पाणी— सिनेमाखेरीज असे दृश्य पंडितरावांनी कुठेच पाहिले नव्हते! आणि बाईही अगदी विशीच्या आत-बाहेर असलेली दिसत होती. तीन मुले असलेली बाई म्हणजे— पंडितरावांना

इस्पितळात असलेल्या आपल्या पत्नीची आठवण झाली.

पंडितरावांच्या अंगावरून ते जोडपे निघून गेले. पंडितराव हात धूत असताना दोन पायजमेवाले तरुण जेवून बाहेर आले. अगदी पैज मारण्यापर्यंत त्यांचे बोलणे रंगले होते.

''बॉम्बे टॉकीजमध्ये होती ती पूर्वी! काय बरं नाव हिचं...'' पहिला म्हणाला.

''काहीतरीच काय बडबडतोस? ही या श्रीकांत घाट्याची बायको आहे! पैज लाव, हवी तर! मी मघाशीच बोर्डावर नावं वाचली आहेत!''

पहिला हात धुता धुता म्हणाला,

''अरे बाबा, नावात काय आहे? ती सोयीप्रमाणं बदलता येतात! एका खोलीत राहायचं, तर बरोबरच्या बाईला बायको म्हटलंच पाहिजे!''

आता कुठे पंडितरावांच्या डोक्यात थोडा थोडा प्रकाश पडू लागला— हा श्रीकांत खरा असला, तरी वसुंधरा खोटी आहे! हा लुच्चा लेखक कुठल्या तरी नटीशी संधान बांधून तिच्याबरोबर चार दिवस मौज करण्याकरिता मुंबईला आला असावा! नेहमीच्या ठिकाणी उतरले, तर कुणीतरी ओळखीची माणसे भेटतील, या भीतीने त्याने या आश्रमाचा आश्रय केला असावा! आणि कुणाला संशय येऊ नये म्हणून त्या नटीला आपली बायको बनवायलाही स्वारीने कमी केले नाही. त्याला वाटले असेल, येथे आपल्या बायकोला ओळखणारे कोण असणार? पण म्हणावे...

आपल्या खोलीचे कुलूप काढता काढता श्रीकांताच्या खोलीकडे वळून पाहत पंडितराव स्वतःशीच उद्गारले,

'बच्चाजी, याद राखून ठेवा! माणसाला नसली, तरी देवाला नीतीची चाड आहे! तुमचं हे बेंड लवकरच बाहेर फुटेल!'

एरवी, जेवल्यावर पंडितराव तासभर डाराडूर झोपत, पण आज काही केल्या त्यांचा डोळ्याला डोळा लागेना. दोन चिमण्यांचा चिवचिवाट चालावा, तसे पलीकडल्या खोलीतले बोलणे त्यांना वाटत होते. ते लक्ष देऊन ऐकू लागले. पलीकडच्या खोलीत संततिनियमनाची चर्चा चालली होती.

''लाज वाटण्यासारखं काय आहे त्यात?''

हे त्या बाईचे उद्गार ऐकून तर पंडितरावांच्या अंगावर काटाच उभा राहिला.

पलीकडच्या खोलीत श्रीकांतबरोबर बसलेली बाई त्याची बायको नसून तिचा हक्क बळकवणारी एक कवटाळीण आहे, अशी आता पंडितरावांची खात्री झाली.

तिसऱ्या प्रहरी चहाच्या वेळेला ते खोलीबाहेर आले. पलीकडच्या खोलीच्या दारात ती सिनेमा नटी उभी होती. पंडितरावांनी तिला नमस्कार करून विचारले,

''पंडितराव यल्लापूरकरांची बायको ठाऊक आहे का आपल्याला?''

ती पंडितरावांकडे पाहू लागली. इतक्यात श्रीकांत धावत धावतच वर आला आणि त्या बाईचे दोन्ही खांदे हलवीत म्हणाला,

"अजून तू पातळसुद्धा बदललं नाहीस? खाली टॅक्सी उभी आहे! चल, सिनेमात शूटिंगचा एक तास फुकट गेला, तरी शंभर रुपये बुडतात, हे ठाऊक आहे ना? माणसाचं आयुष्यही तसंच आहे!"

श्रीकांत आणि ती नटी आत गेली, दार बंद झाले; पण पंडितराव आ वासून त्या बंद दाराकडे पाहत कितीतरी वेळ उभे होते!

संध्याकाळी बायकोच्या समाचाराला हॉस्पिटलमध्ये पंडितराव गेले, तेव्हा त्यांनी गेल्या सहा तासांत डोळ्यांनी पाहिलेल्या आणि कानांनी ऐकलेल्या सर्व गोष्टी तिला सांगितल्या. ती माउली गडबडून गेली. आधीच आजारी, त्यात एका बालमैत्रिणीचा नवरा दुसऱ्या बाईच्या नादाला लागला आहे, या बातमीची भर! ती अगदी अस्वस्थ झाली.

साप, चोर, भुते, इत्यादिकांप्रमाणे व्यभिचाराच्या गोष्टींविषयीही मनुष्याच्या मनाला एक विकृत आसक्ती असते की काय, कुणाला ठाऊक! घटकाभर नवराबायको दुसरे काहीच बोलत नव्हते. या बोलण्यात खेड्यातल्या शेतकऱ्यापासून तो शहरातल्या मोठमोठ्या लोकांपर्यंत अनेकांच्या चरित्रांची उजळणी झाली. पण आपल्या मैत्रिणीच्या संसाराची माती करणाऱ्या या नटीचे उच्चाटन कसे करायचे, हे कोडे काही पंडितरावांच्या पत्नीला सुटले नाही.

शेवटी पतिराजांनीच तोड काढली. वसुंधरेच्या बापाला आत्ताच्या आत्ता अगदी जरुरीची तार करून तिच्यात या संकटाची सूचना द्यावी. तो पुण्यालाच राहत असल्यामुळे उद्या दुपारपर्यंत या प्रकरणाचा निकाल लागायला काहीच हरकत नाही.

तार-मास्तरच्या हातात पैसे ठेवताना पंडितराव मनात म्हणत होते,

'नीतीचं रक्षण करण्याकरिता माणसानं एवढी झीज सोसलीच पाहिजे!'

दुसरे दिवशी सकाळी पंडितराव दवाखान्याकडे जायला निघाले, तरी शेजारच्या खोलीतल्या दांपत्याचा पत्ता नव्हता. मॅनेजरला त्यांनी विचारले, तेव्हा ते म्हणाले,

"अहो, हनिमून आहे हा! आमचं काय डिपॉझिट तर कुठं काही पळून जात नाही!"

पंडितराव हॉस्पिटलमधून परतले, तेव्हा अकरा वाजायला आले होते.

एका कोपऱ्यावर इराण्याच्या हॉटेलबाहेर एक वर्तमानपत्रे विकणारा मुलगा

उभा होता. कुठल्या तरी नवीन मासिकाचा पोस्टर त्याने हातात धरला होता. त्या पोस्टरकडे नजर जाताच पंडितराव थबकले. त्यांनी पुन:पुन्हा वाचून पाहिले :

"सुप्रसिद्ध लेखक श्रीकांत घाटे यांची मुलाखत.''

पंडितरावांनी चार आणे देऊन अंक विकत घेतला. रस्त्याने चालता चालता मुलाखतीचे पान त्यांनी उघडून पाहिले. श्रीकांतचा फोटो! असल्या प्रसिद्ध मनुष्याने आपल्या बायकोला फसवावे! छे! काल आपण या गृहस्थाच्या सासऱ्याला तार केली, हे फार चांगले झाले, असे मनात म्हणत त्यांनी आश्रम गाठला.

ते आत आले, तो पोक्त वयाचा एक गृहस्थ रागारागाने मॅनेजरशी काहीतरी बोलत होता!

पंडितराव दिसताच मॅनेजर त्यांच्याकडे बोट दाखवीत म्हणाले,

"हेच पंडितराव यल्लापूरकर!''

हातातल्या तारेचा कागद पुढे करीत त्या प्रौढ गृहस्थाने प्रश्न केला,

"या तारेत तुम्ही लिहिलेला मजकूर खरा आहे?''

"हो!'' म्हणून पंडितराव धावतच वर जाऊ लागले. त्यांच्या मागून श्रीकांतचे सासरे आणि मॅनेजर जिना चढू लागले.

श्रीकांतचे दार पंडितरावांनी दोन-तीनदा ठोठावले, तरी ते कुणीच उघडीना! पंडितराव मनात म्हणाले,

"चोर दार कशाला उघडतील?''

श्रीकांताच्या सासऱ्याने हातातल्या काठीने दरवाजा ठोठावून, 'श्रीकांत, श्रीकांत' म्हणून मोठ्याने हाका मारल्या. तेव्हा आतून 'अगंबाई' एवढा उद्गार ऐकू आला. तो त्या रंगेल नटीचा आहे, हे पंडितरावांनी ओळखले. तिच्या उद्गारावरून ती भ्याली आहे, हे उघड होते.

तिने दार उघडताच सर्वांनी आत डोकावून पाहिले— श्रीकांत झोपला होता.

"ती नटी कुठं आहे?'' त्या पोक्त गृहस्थांनी रागाने प्रश्न केला.

पंडितरावांनी विजयी मुद्रेने बोट दाखविताच त्यांच्या रागाचे रूपांतर हसण्यात झाले. ते कसेबसे उद्गारले,

"अहो, ही माझी मुलगी वसुंधरा!''

पंडितराव जे धावत सुटले, ते थेट आश्रमाबाहेर आले. कोपऱ्यावरल्या इराण्याच्या दुकानापर्यंत आल्यावर त्यांनी मागे वळून पाहिले. कुणीही त्यांचा पाठलाग करीत नव्हते.

इराण्याच्या दुकानातला चहा पोटात गेल्यावर त्यांचे मन जरा स्थिर झाले. हातातला अंक उघडून ते श्रीकांतची मुलाखत मधूनच वाचू लागले.

मुलाखत घेणाऱ्याने संततिनियमनाबद्दल एक प्रश्न विचारला होता. त्याचे

श्रीकांतने उत्तर दिले होते :

'आजच्या परिस्थितीत संततिनियमनाची आवश्यकता मी मान्य करतो. पण दोन-तीन मुलं झाल्याखेरीज सामान्य माणसांनी या मार्गाचा आश्रय करावा, असे मला वाटत नाही. शृंगाराइतकाच वात्सल्यातही जीवनरस आहे. सामान्य मनुष्याच्या शक्तीचा आणि भावनांचा विकास वात्सल्यामुळेच होऊ शकतो.'

त्याच्या पुढलाच प्रश्न :

'तुम्ही अजून एखाद्या कॉलेजात जाणाऱ्या मुलासारखे कसे दिसता?' हा होता.

श्रीकांत उत्तरादाखल म्हणत होता :

'माझी तर गोष्ट सोडाच, पण तीन मुलं झाली असून, माझी पत्नीसुद्धा कॉलेजात जाणाऱ्या मुलीसारखी दिसते. शहरात राहणाऱ्या मनुष्यानं वर्षातून एखादा महिना खेडेगावात घालविला, तर त्याची प्रकृती सुधारते ना? तोच नियम मनालाही लागू आहे. संसारात पडलं की, कामं संपत नाहीत आणि काळज्या कमी होत नाहीत. त्यामुळे माणसं अकाली प्रौढ होतात, पण माणसाचं मन नेहमी तरुण राहिलं पाहिजे. तेवढ्यासाठी मी आणि माझी पत्नी वर्षातून आठ-पंधरा दिवस दहा वर्षांनी लहान होण्याचा प्रयत्न करतो. मुलं मावशीच्या स्वाधीन करून, आम्ही कुठंतरी दूर जातो. कुणी ओळखीचं भेटणार नाही, अशा ठिकाणी राहतो नि फुलपाखरांप्रमाणे स्वच्छंदानं भटकतो. आमचा हनिमून नुकताच सुरू झाला आहे, असं त्यावेळी आम्हाला वाटतं! या आठ-पंधरा दिवसांत माझी पत्नी गृहिणी असत नाही, तर ती रमणी होते. तिच्याकडे पाहताना क्षणभर मलासुद्धा असंच वाटतं की, ही कुणीतरी दुसरीच बायको आहे!'

पंडितरावांनी मासिक मिटून घशाला ओलावा आणण्याकरिता पुन्हा चहा मागवला.

■

पांगळ्याचे दुःख!

कंपार्टमेंटमधल्या खिडकीतून मागे डोकावून पाहत, हसऱ्या मुद्रेच्या गंगाधरशास्त्र्यांनी किंचित मान हलवून विनायकरावांचा निरोप घेतला. मोटार लगेच कोपऱ्यावरून वळून दृष्टिआड झाली.

फार दिवसांनी भेटलेल्या बालमित्राला निरोप देताना आपले मन थोडेसे अस्वस्थ होईल, असे घरून निघताना विनायकरावांना वाटले होते; पण त्यांना प्रत्यक्ष अनुभव आला, तो निराळाच!

त्यांचे मन अस्वस्थ झाले होते खरे! पण त्याचे कारण बालमित्राचा विरह हे नव्हते. तर- कुणालाही हसू येईल, असेच कारण होते ते. मात्र त्याने विनायकरावांच्या मनाला बेचैन करून सोडले होते, हे काही खोटे नाही! फोडलेली लाकडे भरताना वेड्यावाकड्या ढलप्या हाताला बोचू नयेत, पण शेवटी एखादे लहानसे कुसळ बोटात शिरून त्याने मात्र माणसाला दुसरे काही सुचू देऊ नये, तशी विनायकरावांची स्थिती झाली होती— मनीकरता गंगावन न्यायचे आहे, अशी आल्या घटकेपासून घोकणी करणाऱ्या गंगाधरशास्त्र्यांनी शेवटी चार-दोन आण्यांकडे पाहून एक राठ केसांचे गंगावन विकत घ्यावे, ही केवढी आश्चर्याची गोष्ट होती! दुकानदाराने त्यांना मुद्दाम दाखविलेले ते मऊ मऊ केसांचे गंगावन— विनायकरावांच्या हाताला कालच्या त्या मृदू स्पर्शाच्या स्मृतीने गुदगुल्या झाल्या. जाईजुईची फुले हातांत घ्यावीत, तसे त्या गंगावनावरून हात फिरविताना काल सायंकाळी त्यांना वाटले होते; पण गंगाधरशास्त्र्यांनीच ते नापसंत केले! त्याला चारच आणे जास्ती पडत होते. तशीच घासघीस केली असती, तर एखादा आणा कमीसुद्धा केला असता दुकानदाराने! पण ते गंगावन हातात घेऊन गंगाधराने त्याच्यावर हात फिरविला न फिरविला, तोच विचित्र मुद्रा करून त्याने ते दुकानदाराला परत दिले.

चार आण्यांची काटकसर करण्यासाठी हे केले असेल?

छे!

आत्याबाईच्या अस्थी कृष्णेत टाकण्याकरिता तो मुद्दाम नरसोबाच्या वाडीला आला, हे काय चिकूपणाचे लक्षण?

येताना आपला बालमित्र विनायक कोल्हापुरात आहे, हे लक्षात ठेवून तो सोले आणि काजूगर घेऊन आला. कद्रू मनुष्य कधीतरी असे अगत्य दाखवील का?

काल महाद्वारापाशी गंगावनाबरोबर त्याने पेढेही विकत घेतले. शेरभर पेढे घेतल्यावर त्याला बहिणीच्या मुलांची आठवण झाली आणि त्याने पुन्हा अर्धा शेर पेढे घेतले. तिमाजी नाइकाचा चेला असले औदार्य कधीच दाखविणार नाही.

—आणि मघाशी घरातून निरोप घेऊन निघताना आपण नको नको म्हणत असताना त्याने बाळाच्या हातात रुपया ठेवला. असला मनुष्य चार आण्यांची बचत करण्यासाठी चांगले गंगावन टाकून मुद्दाम वाईट विकत घेईल? 'तू पोस्टमास्तर नि मी भिक्षुक हे अंतर इथं घरात नाही! मी बाळाचा काका आहे' असे हसत हसत त्याने तो रुपया दिला होता. एवढा प्रेमळ मनुष्य आपल्या मुलीच्या बाबतीत चार आण्यांची काटकसर करील?

छे! अगदी असंभाव्य वाटते हे!

मग काल गंगाधराने ते वाईट गंगावन का घेतले, हे कोडे—

विचार करीत करीत विनायकराव पोस्टापर्यंत येऊन पोहोचले होते. मेल नुकतीच येऊन पडली होती. त्यांना वाटले, आपल्या पुढे पडलेल्या या पार्सलांत काय काय भरले आहे, हे जसे बाहेरून कळणे शक्य नाही, त्याप्रमाणे माणसाच्या मनातही काय काय भरलेले असते, हे त्याच्या बायकोला— मित्राला— कुणालाही कळणे शक्य नाही.

खट्-खट्-खट् ...

भराभर पत्रांच्या तिकिटांवर शिक्के बसत होते. क्रिकेटच्या सामन्यात खेळाडूने एक चेंडू या, तर दुसरा त्या बाजूला टोलवावा, त्याप्रमाणे पत्राचे वर्गीकरण करणारा शिपाई निरनिराळ्या ढिगांत भराभर पत्रे फेकीत होता.

शिक्का मारणाराने मधेच एका पत्राचे हातावर वजन करून पाहिल्यासारखे केले व वजनाच्या मानाने त्याला कमी तिकीट लागले आहे, असे वाटल्यामुळे ते विनायकरावांकडे दिले. त्या पत्रावरच्या अक्षराकडे लक्ष जाताच विनायकराव हातातल्या पत्राचे वजन करायची गोष्ट अजिबात विसरून गेले.

ते अक्षर उघड उघड स्त्रीचे दिसत होते.

याच अक्षराची पत्रे दर आठवड्याला याच पत्त्यावर नियमाने येतात, याची त्यांना आठवण झाली.

पाकिटावरचा तो पत्ता काही विनायकरावांना अपरिचित नव्हता. त्यांच्या बायकोचा मामेभाऊ का आतेभाऊ लागत होता तो गृहस्थ. चांगला कुटुंबवत्सल मनुष्य! त्याला कोण बाई दर आठवड्याला पत्रे पाठविते? या जाडजूड पत्रात काय असते?

पत्राला चुकून अर्ध्या आण्याचे तिकीट कमी लागले होते. विनायकरावांच्या मनात आले : आयते पत्र आपल्या हातात आले आहे. फोडून आत काय आहे, ते पाहिले, तर आपल्या बायकोच्या मामेभावजयीवर फार फार उपकार केल्यासारखे होतील!

शिपायाने त्यांच्याकडे पाहताच 'नॉट पेड, एक आणा' एवढे शब्द त्यांच्या तोंडून बाहेर पडले.

रात्री अंथरुणावर अंग टाकीपर्यंत राहून राहून त्यांना दोन गोष्टींची आठवण होत होती— पहिली त्यांच्या मामेमेव्हण्याच्या का आतेमेव्हण्याच्या नावाने आलेले स्त्रीच्या हस्ताक्षराचे पत्र आणि दुसरी गंगाधरशास्त्र्यांनी विकत घेतलेले ते वाईट गंगावन!

त्यांनी डोळे मिटून घेतले. इतक्यात बाळ त्यांच्याजवळ येऊन त्यांच्या गालाला गाल लावीत म्हणाला,

"मला छान छान मोताल आनून देनाल ना, ताता?"

विनायकरावांनी मोटार देण्याचे कबूल केले, तेव्हा कुठे तो हसत हसत झोपी गेला.

समोर खुंटीवर विनायकरावांना आपला कोट दिसत होता. फार जुना झाला होता तो. त्यांच्या मनात आले : आता एक कोट शिवायला टाकलाच पाहिजे.

लगेच आपल्याला बिलगून निजलेल्या पाडसाकडे त्यांची दृष्टी गेली. ते मनात म्हणाले,

'हा कोट काय आणखी दोन महिने काम देईल. बाळाची मोटारची हौसच आधी पुरविली पाहिजे!'

हा विचार मनात येताच त्यांना गंगाधरशास्त्र्यांनी नेलेल्या त्या गंगावनाची पुन्हा आठवण झाली. त्यांच्या मनात आले,

'गंगाधर संध्याकाळीच आपल्या गावाला जाऊन पोहोचला असेल; त्याने ते गंगावन आपल्या मुलीच्या हातात दिले असेल, नि ते मऊ नाही म्हणून ती रागावली असेल!'

प्रवासात- मग तो शरीराचा असो, नाहीतर मनाचा असो— झापड येते, ही गोष्ट नित्याच्या अनुभवाची आहे. कल्पनेने गंगाधराचे कोकणातले घर गाठणाऱ्या विनायकरावांचीही तशीच स्थिती झाली.

पण लवकरच ते दचकून जागे झाले. त्यांना भास झाला होता— आपण गंगाधराला घेऊन अंबाबाईच्या देवळातून चाललो आहो. सभामंडपात खूप गर्दी आहे. कुणाचे तरी प्रवचन सुरू आहे. 'सर्वभूती परमेश्वर' हा प्रवचनाचा विषय

असावा. 'हवं तर घटकाभर ऐकू या!' असं आपण गंगाधरला म्हणतो. पण तो काही तिथे उभा राहत नाही. मुलीसाठी गंगावन घेण्याची त्याला अगदी घाई झालेली असते. पण महाद्वारातून पलीकडे जाऊन ते मऊ मऊ केसांचे गंगावन हातात घेताच तो दचकतो— समोर भूत दिसावे, तशी त्याची चर्या होते. तो किंचाळतो—

इथेच विनायकराव दचकून जागे झाले होते.

थोड्या वेळाने त्यांना झोप लागली. पण झोपेतसुद्धा त्यांचे मन अस्वस्थच होते.

दुसऱ्या दिवशीसुद्धा हा अस्वस्थपणा त्यांना अधूनमधून डाचत होता. शेवटी, रात्री निजताना गंगाधरला पत्र घालून मनाची रुखरुख नाहीशी करायचा जेव्हा त्यांनी निश्चय केला, तेव्हा कुठे त्यांना शांत झोप लागली.

मात्र हा निश्चय अमलात आणण्याची पाळीच आली नाही त्यांच्यावर. सकाळी ते पोस्टात गेले, तेव्हा गंगाधराचे पोहोचल्याचे दोन ओळीचे कार्ड आज येईल, अशी त्यांची अपेक्षा होती.

टपालात ते पत्र होते, पण ते साधे कार्ड नव्हते— तर चांगले लठ्ठ पत्र होते. सहा पैशांची तिकिटे लागली होती त्या पत्राला. परवा दोन दिवस अहोरात्र बाळपणाच्या साऱ्या गोष्टींची उजळणी झाली असताना, गंगाधराने घरी पोहोचताच एवढे लांबलचक पत्र आपल्याला का पाठवावे, हे काही केल्या त्यांच्या लक्षात येईना. त्यांनी ते अधीरपणाने उघडले. पहिल्या चार-दोन ओळी वाचल्या नाहीत, तोच आपण पोस्टात कामावर आहो, हे विनायकराव विसरूनही गेले. ते भरभर वाचू लागले—

'तुझ्या घरी दोन दिवस मोठ्या आनंदात गेले. एकच गालबोट लागले त्या आनंदाला. गंगावन विकत घ्यायच्या वेळचा तो प्रसंग घडला नसता, तर—

त्या दुसऱ्या गंगावनाला अवघे चार आणे अधिक पडत होते. तेच मी घ्यावे, असा तू फिरून फिरून आग्रह केलास. पण मी तो ऐकला नाही. तू मनात म्हणाला असशील— काही झाले, तरी कोकणातल्या खेड्यातला भिक्षुक आहे हा! पोटच्या पोरीसाठीसुद्धा चार पैसे खर्च करायचे याच्या जिवावर आले, तर त्यात नवल कसले?

पण विनायक, खरं सांगू? तो चिक्कूपणा नव्हता— कद्रूपणा नव्हता. तर—

ते गंगावन हातात घेऊन मी त्याच्यावरून हात फिरविला मात्र— त्या मऊ मऊ स्पर्शाने एकदम एक जुनी आठवण जागी झाली. आठवण कसली? मनाची जखमच म्हणेनास! ती उघडी होऊन वाहू लागली. त्या गंगावनाच्या केसांचा मऊपणा आयुष्यात माझ्या हातांना एकदाच अनुभवायला मिळाला होता. इतक्या

मऊ केसांवरून मी एकदाच हात फिरविला होता. त्यामुळेच—

माझे मन कसे गोंधळून गेले आहे. त्या मुलीची गोष्ट तुला कशी सांगावी— जसे सुचेल, तसे लिहितो.

तू मॅट्रिकच्या वर्गात असताना तुझी माझी गाठ पडली होती— आहे का लक्षात? मी त्यावेळी माझ्या धंद्याला— भिक्षुकी करायला नि पुराण सांगायला— नुकतीच सुरुवात केली होती. तुझा माझा त्यावेळी खूप वादविवाद झाला. तू भिक्षुकांच्या नि पुराणिकांच्या विरुद्ध खूप बोललास. मी तुला उत्तर दिलं :

'मी नुसता पोटार्थी पुराणिक होणार नाही. लोकांना धर्म सांगणारा, तो धर्म आचरणात आणणारा...'

मी काय बोलत आहे, याची त्यावेळी मला कल्पनाच नव्हती. धर्माचे आचरण करायला मनाचे फार मोठे सामर्थ्य माणसापाशी असावे लागते. ते बुद्धापाशी होते, ज्ञानेश्वरांपाशी होते, समर्थांच्या अंगी होते...

माझ्यापाशी ते असते, तर...

तर परवा ते मऊ मऊ केसांचे गंगावन मी मनीसाठी विकत घेतले असते.

माणसाला आपले मन उघडे करून दाखविता आले असते, तर- तर हे आधी सांगू, का ते आधी सांगू, असा त्याच्या मनाचा गोंधळ झाला नसता.

ते मऊ मऊ गंगावन हातात घेताच मला एक मुलीची आठवण झाली, हे आता तुझ्या लक्षात आलेच असेल.

पंधरा-सोळा वर्षांपूर्वीची गोष्ट आहे ही! चतुर्थीचे दिवस होते ते. शेजारच्या गावातला सत्यनारायण आटपून मी एकटाच घरी परत येत होतो. आभाळ- अंधारून गेल्यामुळे कंदिलाच्या उजेडाने प्रकाशित होणाऱ्या चार-दोन हातांखेरीज बाकी सारे जग काळेकुट्ट झाले होते. एकदम पावसाची एक मोठी सर आली. कंदील, छत्री, सामानाची मोटली आणि— मी इतक्या गोष्टी पावसाच्या झडीतून सुरक्षित घरी जाणे कठीण होते. म्हणून मी जवळच्या एका पिंपळाखाली आश्रयासाठी गेलो.

पाऊस खळला न खळला, तोच एक विचित्र आवाज मला ऐकू आला. पिंपळाच्या जुन्या पाराला खूप भगदाडे होती. माझ्या मनात आले- एखादा नाग, नाहीतर घणस—

दिव्याची वात मोठी करून जिकडून तो आवाज आला होता, तिकडे मी भीतभीत वळलो.

पलीकडेच एक पाच-सहा वर्षांची लहान मुलगी बेशुद्ध स्थितीत कण्हत पडली होती. कमरेवरचे तिचे सारे अंग उघडेच होते. खाली एक फाटके फडके कसेबसे तिच्या अंगाभोवती गुंडाळलेले दिसत होते. पण ते पावसाने भिजून

ओलेचिंब झाले होते.

हातांतले सामान खाली ठेवून मी त्या मुलीला उचलले. ते ओले फडके सोडून दूर फेकून दिले. तिला तापबीप नाही, हे पाहून मला बरे वाटले. पंच्याने तिचे अंग पुसल्यावर माझे लक्ष तिच्या केसांकडे गेले. तेही भिजून चिप्प झाले होते. मी ते हातांत घेऊन पंच्याने पुसू लागलो मात्र—

त्या विलक्षण मऊ स्पर्शाची माझ्या हातांना अजून आठवण आहे. मला वाटले— माझ्या हातांत केस नाहीत; सावरीचा कापूस आहे.

पिंपळापासून माझे घर मैल, दीड मैल लांब होते. ती मुलगी आणि सामान दोन्ही घेऊन पावसातून एवढा लांबचा पल्ला गाठणे मला शक्य नव्हते. मी सत्यनारायणाच्या मिळकतीवर पाणी सोडले आणि त्या मुलीला खांद्यावर टाकून घरची वाट सुधारली. सत्यनारायणाची पूजा सांगणे हा माझा पोटाचा धर्म होता, पण त्या अनाथ मुलीला वाचविणे हा माझ्या हृदयाचा— परमेश्वराचा धर्म होता.

तिला शुद्धी नसल्यामुळे खांद्यावर ठेवलेले तिचे डोके एकसारखे लडबडत होते. पाऊस ओसरला असल्यामुळे मी छत्री मिटून डाव्या काखेत घेतली आणि रिकाम्या झालेल्या हाताने तिचे डोके सावरू लागलो. ते सावरताना त्या मऊ मऊ केसांचा माझ्या हाताला स्पर्श होई आणि माझ्या मनात येई : देवाची करणी किती विलक्षण असते. असल्या अनाथ मुलीच्या केसांची निगा कोण राखणार? पण देवानेच तिला इतके मऊ केस दिले आहेत की, एखाद्या राजकन्येलासुद्धा तिचा हेवा वाटावा!

आयुष्यातल्या फारच थोड्या आठवणी अमर असतात. पुराण सांगणे हा माझा नित्याचा धंदा आहे ना? पण मला माझ्या पुराणांपैकी एकच नेहमी आठवते. महात्मा गांधी दांडीयात्रेला निघाले, तो दिवस! कंसवधाकरिता गोकुळाहून निघालेल्या कृष्णाचे चरित्र त्या दिवशी मी—

ते जाऊ दे!

मी त्या मुलीला घेऊन घरी गेलो. काळीसावळी असली, तरी चेहऱ्यावरून हुशार दिसत होती ती. तिला आम्ही दोघांनी कांबळ्यात लपेटून ठेवले. तिच्या तोंडात ऊन ऊन दूध घातले. दोन-तीन तासांनी ती शुद्धीवर आली.

शुद्धीवर येताच 'आई,... आई,' म्हणून तिने माझ्या बायकोला जी मिठी मारली—

आम्ही दोघांनी तिला आपली मुलगी म्हणून पाळायचे ठरविले.

पण—

दुसरे दिवशी सकाळी गावचा पोलीसपाटील सहज भेटला! पिंपळाच्या पलीकडच्या शेतात एका म्हारणीचे प्रेत सापडले आहे, असे त्याने मला सांगितले.

त्या प्रेताचा शोध सुरू झाला. आमच्या गावापासून चार-पाच मैलांवर असलेल्या एका खेडेगावातली महारीण होती ती! नवऱ्याने तिला नि मुलीला दोन दिवस उपाशी ठेवले होते. शेवटी अंगात ताप फणफणत असताना आणि बाहेर पाऊस कोसळत असताना ती सात-आठ कोसांवर असलेल्या आपल्या भावाकडे जायला तिन्हीसांजा उठली. पुढे काय झाले, ते—

ते तुला सहज ताडता येईल.

मी घरी आणलेली ती मुलगी मोठी गोड नि हुशार होती. पण खेडेगावात भिक्षुकीवर पोट भरणाऱ्या मनुष्याने तिला पाळणे—

उपासमारीने मरण्याची पाळी आली असती आमच्या कुटुंबावर!

त्याच दिवशी त्या मुलीचा बाप तिला न्यायला आला. बाप कसला?- समंधच होता तो!

आमच्या घरी राहण्याची त्या निष्पाप जीवाची फार फार इच्छा होती. पण—

त्या बापाने तिला आमच्या अंगणातून मारीतच नेली. माझ्या डोळ्यांसमोर हा अत्याचार घडला असूनही मी त्याला प्रतिबंध करू शकलो नाही. माझा धर्म अंधळा नव्हता, पण तो पुरा पुरा पांगळा ठरला.

मी ते गंगावन मनीसाठी घेतले असते, तर मायेने तिच्या केसांवरून हात फिरविताना दरवेळेला मला त्या गोड पोरीची आठवण झाली असती— माझ्या पांगळेपणाची आठवण तीव्रतेने होऊन मला भडभडून आले असते.

विनायक, जगात अंधळ्यांपेक्षा पांगळ्यांचेच दु:ख अधिक असते. अंधळ्याला चांदणे दिसत नाही, टेकडी दिसत नाही. पांगळ्याला हे सारे सुंदर देखावे दिसतात, तिथे जावेसे वाटते; पण...'

तुझा
गंगाधर

∎

गवसणी

त्या वादकाचे सतारीवर स्वत:च्या मुलीपेक्षाही अधिक प्रेम होते.

मुलीचा पापा घेताना त्याला आपल्याभोवती चांदणे पसरले आहे, असा भास होई— तिचे बोबडे बोल ऐकताना आपण नदी आणि सागर यांच्या संगमाचे संगीत ऐकत आहो, असे त्याच्या मनात येई—

पण सतारीच्या तारांचा स्पर्श होताच— त्या स्पर्शासरशी निघणारा अमृतमधुर स्वर ऐकताच— तो स्वत:लाच विसरून जाई.

त्याच्या खोलीच्या समोरच एका सुंदर कुंडीत एक गुलाबाचे झाड होते. सतारवादनाला सुरुवात झाली, की त्याला भास होई- आपल्या हातांत सतार नाही, एक सुंदर गुलाबाचे झाड आहे आणि ते झाड पळापळाला फुलांच्या ओंजळी उधळीत आहे.

एके दिवशी समोरच्या कुंडीत फुलझाडाऐवजी रूक्ष काटक्यांचा एक सांगाडा तेवढा उभा आहे, असे त्याला दिसले. त्याने चौकशी केली—

गुलाबाच्या झाडाला कीड लागली होती.

त्याच्या मनात आले—

आपल्या सतारीलाही असे काही झाले तर? धुळीने, हवेने, नाहीतर आणखी कशाने तरी—

सतार सुरक्षित ठेवण्याकरिता तिला गवसणी हवी, हे त्याला तत्काळ पटले.

त्या सुंदर सतारीला शोभेल अशी सुरेख गवसणी त्याने शिवून घेतली.

सतारीच्या बोलांत त्याला अप्सरांच्या नृत्याचा भास होई.

—आणि गवसणीच्या रूपात त्याला नक्षत्रमंडित आकाश पाहिल्याचा आनंद होई.

तो मनात म्हणे :

आकाश आणि अप्सरा! किती सुंदर संगम आहे हा! सतारीप्रमाणे गवसणीविषयीही त्याला एकप्रकारचा आपलेपणा वाटू लागला.

या आपलेपणामुळेच एके दिवशी गवसणी काही केल्या सतारीपासून दूर

होईना, तेव्हा तो तिच्यावर रागावला नाही. त्याने हसत प्रश्न केला :

"आज स्वारी रुसली आहे, वाटतं?"

"हं!" एवढाच कठोर उद्गार त्याच्या कानांवर पडला.

त्याच्या मनात आले :

गवसणी काय आणि सतार काय? दोन्ही स्त्रीजातीच्याच! दोन बायका गोडीगुलाबीने एके ठिकाणी नांदतील, हे शक्य नाही!

तो गवसणीला म्हणाला,

"आज सतारीशी कडाक्याचं भांडण झालेलं दिसतंय!"

"हूं!" पुन्हा एक कठोर उद्गार त्याच्या कानांवर पडला.

बायकांचा रुसवा दागिन्याने सहज दूर करता येतो, असा त्याचा आजपर्यंतचा घरातला अनुभव होता. तो गवसणीला म्हणाला :

"आणखी सुंदर सुंदर फुलं घालून मिरवायची लहर आली आहे वाटतं तुला?"

"अंहं!" मघापेक्षा स्वरात अधिकच कठोरपणा होता.

"मग काय हवंय तुला?"

"तुम्ही सतार वाजविता. तेव्हा सारे लोक तिच्याकडे बघतात... तिचीच स्तुती करतात. माझ्याकडे कुणी ढुंकूनसुद्धा बघत नाही!"

वादकाला मनातल्या मनात हसू येत होते. पण ते त्याने मोठ्या कष्टाने आवरले. गवसणी रागाने फणफणत म्हणाली,

"आता केव्हाही सतार वाजविताना मी दूर होणार नाही. म्हणजे साऱ्या लोकांची नजर माझ्यावरच खिळून राहील!"

गवसणी दूर न करता सतार वाजवायची?

मग शृंखला घातलेला कैदी सुंदर नृत्य करील— तळघरात कोंडून ठेवलेली वेल फुलून जाईल!

वादकाने समजूत घालण्याचा पुष्कळ प्रयत्न केला, पण गवसणी काही केल्या आपला हट्ट सोडीना.

वादक संतापला. त्याची वादनाची वेळ होऊन गेली होती. त्याने संतापाने गवसणी ओढून काढली; ओढता ओढता ती टरकन फाटली. त्याने रागाने ती कोपऱ्यात फेकून दिली.

सतारीच्या तारांना त्याने स्पर्श केला मात्र! त्यांच्यातून असे मधुर स्वर निघाले! ते स्वर म्हणत होते :

'गवसणी फाटली, हे फार बरं झालं! अगदी कोंडमारा केला होता तिनं माझा! मोकळेपणाने इकडं-तिकडं बघावं म्हटलं, तर जेव्हा तेव्हा हिचा आपला आडपडदा!'

संध्याकाळी आकाशात कुणी गंधर्वाने मेघ-मल्हार आळवला.

पावसाचे रम्य दृश्य क्षणभर चमकून गेले.

दुसऱ्या गंधर्वाने भूप आळवला;

पश्चिमेकडल्या कुंजवनात चित्रविचित्र फुले फुलू लागली.

तिसऱ्याने दीपराग आळवला;

एका क्षणात आकाशात दीपमालिका दिसू लागल्या.

वादकाचे मन अननुभूत आनंदाने भरून आले. तो आनंद प्रकट करण्याकरिता त्याची प्रतिभा नाचू लागली.

त्याने आपल्या खोलीत पाऊल टाकले.

एका कोपऱ्यात फाटकी गवसणी पडली होती— दुसऱ्या कोपऱ्यात त्याची मुलगी सशाच्या पिलाप्रमाणे लपली होती.

पण त्याचे लक्ष कशाकडेच गेले नाही. तो थेट सतारीकडे गेला.

मांडीवर सतार घेऊन त्याने तारांना स्पर्श केला मात्र—

निष्प्राण देहाचा स्पर्श होताच दचकून हात मागे घ्यावा, तसे त्याने केले.

त्याच्या पहिल्या स्पर्शाने पुलकित होऊन मधुर स्वर काढणारी ती सतार मुकी झाली होती. तिच्या तारा कुणीतरी—

समोरच्या कोपऱ्यातून एक मोठा हुंदका त्याला ऐकू आला.

धावत जाऊन त्याने मुलीला पोटाशी धरले. पण काही केल्या तिचे हुंदके थांबेनात.

ती त्या मोडक्या सतारीकडे पाहत होती आणि रडत होती.

वादक मुलीला पोटाशी धरून बाहेर जाऊ लागला.

पण त्याचे पाऊल जागच्या जागी थांबले!

कोपऱ्यातून सतार स्फुंदत म्हणत होती :

'मला गवसणीतच घालून ठेवा. मघाशी गवसणी असती, तर माझी अशी दुर्दशा...'

दुसऱ्या कोपऱ्यातून उद्गार आले :

'मघाशी एक गडी आला नि मला म्हणाला— उद्या सकाळी पोतेरे घालायलाच तुला नेतो! असे पोतेरे होऊन पडण्यापेक्षा मी सतारीला संभाळीन, हवी तेव्हा तिच्यापासून दूर राहीन—'

मुलीप्रमाणे बापाच्याही डोळ्यांत अश्रू उभे राहिले.

∎

देवदूत

माणसाच्या धंद्याचा त्याच्या स्वभावावर फार परिणाम होतो, असे मला वाटते. माझे हे विधान ऐकून अनेकांस हसू येईल— त्यांच्यापैकी महाभारत वाचलेली मंडळी मला खाटकाची गोष्ट सांगू लागतील. खाटकाचा धंदा करीत असूनही ब्रह्मज्ञान सांगणाऱ्या त्या सद्गृहस्थाविषयी मला आदर आहे, हे मीही कबूल करतो. पण महाभारत लिहिणाऱ्या व्यासाच्या कल्पनेचे कौतुक करूनही मला असे म्हणावेसे वाटते की, तिने निर्माण केलेला धर्मशील खाटीक ही अद्भुतरम्य व्यक्ती आहे; तुमच्या आमच्या जगात नेहमी आढळणारी व्यक्ती नव्हे!

असल्या बाबतीत शेरभर कल्पनेपेक्षा गुंजभर अनुभव अधिक श्रेष्ठ असतो, हे कोण नाकबूल करील? माझीच गोष्ट पाहा ना! कॉलेजातल्या वादविवाद सभेत मी चुकूनसुद्धा तोंड उघडले नव्हते. ज्यांचा आपल्या आयुष्याशी काही संबंध नाही, अशा विषयांवर शिरा ताण-ताणून बोलणारे विद्यार्थी पाहिले की, मला मोठा अचंबा वाटे. प्रतिभा आणि वेड ही सख्खी भावंडे आहेत, ही उक्ती वक्तृत्वाच्या बाबतीतसुद्धा खरी आहे, असे मी त्यावेळी मनाचे समाधान करून घेत असे, हा भाग निराळा. पण माझ्यासारखा साळसूद मनुष्य पुढे कोर्टात वितंडवाद करीत बसेल किंवा लहानसहान गोष्टीत आपलाच हेका चालवील, असे भविष्य वर्तविण्याची छाती त्यावेळी कुणालाही झाली नसती!

भविष्याला अदृष्ट म्हणतात, ते काही उगीच नाही. बी.ए. झाल्यावर प्रोफेसर होऊन एकशेचाळीस एके एकशेचाळीस करीत बसण्यापेक्षा, कोकणातल्या एका लहान गावातील मामांची वकिली चालविणेच मला फायदेशीर होईल, असे घरातल्या मंडळींना वाटले. मलाही ते पटले. हो, माणसांचे मतभेद होतात, ते काव्याच्या बाबतीत- अंकगणिताच्या नाही! मामांना त्या लहानशा गावी दरमहा तीनशे रुपये मिळत होते. त्यामुळे मी एम.ए.च्या संस्कृत पुस्तकांची रजा घेऊन 'रोमन लॉ'च्या मागे हात धुऊन लागलो.

एलएल.बी. होईपर्यंत मी पूर्वीसारखाच अबोलका, कुणाच्याही अध्यामध्यात न पडणारा, आगीत तेल ओतण्यापेक्षा पाणी ओतणे बरे, असे मानणारा होतो. पण

मामांच्या जोडीने कोर्टात मी पहिली केस चालवायला उभा राहिलो मात्र- बुद्धाने कालिकेचा अवतार धारण करावा, तशी माझी पाच वर्षांत स्थिती झाली. मानवी जीवन हा एखाद्या ऋषीचा आश्रम नसून, दारूचा गुत्ता आहे, हा अनुभव वकिलीइतका जगात दुसऱ्या कोणत्याही धंद्यात येत नसेल! आजच्या जगातले मनुष्याचे बाहेरचे मन हे सुशोभित केलेल्या दिवाणखान्यासारखे दिसते. त्यात अधूनमधून उच्च विचारांची सुंदर चित्रे लावलेली दिसतात, गोड गोड शब्दांच्या फुलांनी फुललेली पुष्पपात्रे टेबलावर हसताना दिसतात, आदरसत्काराचे मऊ मऊ कोच सर्वांचे स्वागत करीत असतात; पण दिवाणखान्याच्या मागच्या बाजूला असलेल्या अडगळीच्या खोलीची कडी काढली की, तिच्यात कोळिष्टके, जळमटे, रिकाम्या बाटल्या, मोडक्या खुर्च्या, फुटकी भांडी आणि वर्तमानपत्रांच्या जुन्या अंकांची रद्दी याशिवाय जसे दुसरे काही दिसणे शक्य नाही, त्याप्रमाणे माणसाच्या आतल्या मनात काम, लोभ, मत्सर इत्यादी विकारांच्या विपरीत लीलांखेरीज दुसरे काहीच आढळत नाही. निदान फौजदारी वकिलाच्या नजरेत तरी ते भरत नाही!

बोलता बोलता किती वाहवलो मी! धंद्याचा माणसावर परिणाम होतो, तो असा! वकिलाने कैफियत द्यायला सुरुवात केली नि ती थोडक्यात आटोपली, असे कधीतरी झाले आहे का? परवाची आमची लायब्ररीची सभा लढविण्याची इच्छा माझ्या मनात उत्पन्न का झाली आणि शेवटी वार्षिक उत्सवाकरिता कॉम्रेड घाटे यांनाच आणायचे कसे ठरले, एवढेच सांगणार होतो मी. पण...

धंद्याने माणसाचा स्वभाव अजिबात बदलतो, याचा पुरेपूर अनुभव आला मला त्या दिवशी. मी कार्यकारी मंडळाचा सभासद म्हणून सभेला हजर राहिलो होतो एवढेच. वार्षिक समारंभाकरिता पाहुणा म्हणून कुणाला आणायचे, यासंबंधाने जी चर्चा चालली होती, तिच्याकडे माझे मुळीच लक्ष नव्हते. मी कुठल्याशा मासिकाचा नवा अंक चाळीत होतो. त्याच्या मुखपृष्ठावरील सिनेमा नटीचा फोटो पाहून झाल्यावर मी आतली एक प्रेमकथा काढली आणि—

त्या कथेतला नायक नायिकेची ओळख होताक्षणीच तिचे चुंबन घेण्याकरिता वाकत होता, इतक्यात—

इतक्यात माझ्या शेजारचे बावडेकर वकील माझा खांदा हलवीत म्हणाले, ''तुमचं मत सांगा ना!''

माझं मत?

त्या नायकाने नायिकेचे चुंबन घ्यायला काहीच हरकत नव्हती माझी! सत्यसृष्टीत असे कधी घडत नाही, हे खरे! क्वचित घडलेच, तर आम्ही वकील विनयभंगाचे कलम सरसावून तयारच असतो. त्यामुळे व्यवहारात असले एक चुंबनसुद्धा फार महाग पडते. पण काव्यात आणि कथांत— हो, काव्य म्हणजे काही कोर्ट नव्हे!

मी काहीच बोलत नाही, असे पाहून बावडेकरांनी माझ्या हातातला अंक खसकन ओढून घेतला आणि तो टेबलावर फेकीत ते म्हणाले,

"तुमचं मत द्या ना."

"कशाविषयी?"

"यंदाच्या वार्षिक समारंभाचे सेक्रेटरी होणार आहात तुम्ही! नि पाहुणे कोण आणायचे, याविषयी. आम्ही अगदी हातघाईवर आलो, तरी तुम्ही आपले..."

मी चटकन टेबलावरची यादी पुढे ओढून तिच्यावर नजर फिरविली. पहिले नाव आमच्या शेजारच्याच संस्थानच्या दिवाणांचे होते आणि शेवटचे नाव—

क्षणभर मीसुद्धा चकित झालो.

कॉ. घाटे!

परवाच्या मुंबईच्या संपाच्या हकिकतीत हे नाव वारंवार चमकत असे. त्यावेळी घाटे मूळचे इथल्याच जवळच्या खेड्यातले असून, इंग्रजी चौथी-पाचवीपर्यंत ते बावडेकरांच्या बरोबरच होते, हे मला कळले होते.

हा हा म्हणता युद्धाचे स्वरूप माझ्या लक्षात आले. कार्यकारी मंडळातल्या बुद्रुक लोकांना संस्थानच्या दिवाणांना आणायचे होते. उलट, बावडेकरांसारख्या तरुण सभासदांना त्यांचा डाव हाणून पाडायचा होता. म्हणून तर त्यांनी घाटे हे नाव सुचविले होते.

दोन्ही पक्षांची मते सारखी होत होती. माझे मत ज्या बाजूला पडेल, तोच यशस्वी होणार, हे उघड होते. म्हाताऱ्या मंडळींनी घाट्यांची अकारण निंदा करायला सुरुवात केली. कॉम्रेड, रशिया, लेनिन, स्त्री-पुरुषसंबंध आणि पेला-पाणीन्याय, एक ना दोन, हजारो गोष्टींचा उच्चार केला त्यांनी! कॉलेजात असताना असले भांडण माझ्यासमोर सुरू झाले असते, तर मी तिथून मुकाट्याने उठून गेलो असतो. पण आता मात्र माझ्यातला वकील जागृत झाला. मी बावडेकर पक्षाला मिळालो आणि कॉ. घाटे हेच आमच्या उत्सवाचे पाहुणे ठरले.

समारंभाचे सेक्रेटरी या नात्याने मी घाट्यांना जे पत्र लिहिले, त्यात 'मातृभूमीचे हे आमंत्रण तुम्ही स्वीकारलेच पाहिजे' आणि 'बावडेकरांच्या अगर माझ्याच घरी उतरले पाहिजे' असे लिहिले होते.

पहिल्या बाबतीत त्यांना माझे म्हणणे पूर्णपणे मान्य होते. मला उत्तर पाठविताना त्यांनी लिहिले होते :

'कामांची गर्दी असूनसुद्धा तुमचे निमंत्रण मी आनंदाने स्वीकारतो. तुमचे पत्र वाचल्याबरोबर माझ्या डोळ्यांपुढे माझे बालपण उभे राहिले. ती इंग्रजी शाळा, त्या शाळेतल्या निरनिराळ्या मास्तरांच्या गमती- आमच्या संस्कृतच्या मास्तरांना कोटाच्या

वरच्या खिशात भाजलेले शेंगदाणे ठेवून 'हरे: हर्यो: हरीणाम्' असे म्हणत म्हणत ते तोंडात टाकायची सवय होती. एके दिवशी स्वारी कुणातरी मुलाला चोप द्यायला वाकली नि खिशातले शेंगदाणे, नळाला एकदम पाणी यावे, तसे बाहेर पडले. अंगणातले दाणे वेचायला चिमण्यांनी पटकन पुढे यावे, त्याप्रमाणे दोन-चार धीट मुले ते शेंगदाणे वेचायला आपल्या जागेवरून उठलीसुद्धा!

कुणीकडे वाहवलो मी! नाही? नदीच्या पाण्याबरोबर वाहत जाताना मनुष्याला विलक्षण आनंद होतो ना? बालपणच्या आठवणीबरोबर वाहत जातानाही तशाच गुदगुल्या होतात.

तुमच्या निमंत्रणाला नकार देणे अगदी अशक्य होते मला! तुमच्या गावाजवळच जांभळी म्हणून एक खेडेगाव आहे ना? तिथेच माझे सारे बालपण गेले. तिथले ते कमळांनी फुलणारे सुंदर तळे, काजूंनी खुलणारी टेकडी, ते ब्रह्मेश्वराचे भव्य देवालय— हे सारे पुन्हा पाहायला मिळणार, म्हणून मला खरोखरीच फार आनंद झाला आहे.'

भाई लोकांतही कवी असतात, असे हे पत्र वाचता वाचता माझ्या मनात आल्यावाचून राहिले नाही. पण कॉ. घाट्यांनी आमचे निमंत्रण स्वीकारले असले, तरी आपण कुठे उतरणार, यासंबंधी पत्रात काहीच खुलासा केला नव्हता.

माझे वकिली डोके हा हा म्हणता चालू लागले. मला वाटले, कॉ. घाट्यांना समारंभाचे मुख्य पाहुणे म्हणून आणण्यात आम्ही ज्यांच्यावर मात केली होती, त्यांच्यापैकी कुणीतरी आमचा सूड उगविण्याकरिता घाट्यांना आमच्या आधीच आपल्या घरी आमंत्रण देऊन ठेवले असावे! त्यांच्यापैकी घाटे कुणाकडे उतरले, तर— छे! तसे होणे हा आमचा उघडउघड पराजय होता.

मी व बावडेकर दोघांनी मिळून घाट्यांना पुन्हा पत्र पाठविले. पत्रात बावडेकर व ते एका वर्गात होते, या गोष्टीवर आम्ही मुद्दाम जोर दिला. शेवटी काही झाले, तरी घाट्यांनी आमच्या दोघांपैकी कोणाच्या तरी घरी उतरलेच पाहिजे, अशी अगदी काकुळतीने विनंती करण्यात आली.

या विनंतीचा घाटे अव्हेर करणार नाहीत, अशी माझी खात्री होती, म्हणून त्यांचे उत्तर मी मोठ्या उत्सुकतेने उघडले.

पण पत्रातला मजकूर वाचून मी स्तंभितच झालो!

घाटे माझ्याकडे उतरणार नव्हते— बावडेकरांकडे उतरणार नव्हत— गावातल्या दुसऱ्या कोणत्याही प्रतिष्ठित मनुष्याकडे उतरणार नव्हते! त्यांनी पत्रात लिहिले होते,

'मी एका देवदूताकडे उतरणार आहे.'

त्यांनी उतरायला फार मोठा यजमान शोधून काढला होता! त्याचे नाव

वाचताना माझी हसता हसता पुरेवाट झाली.

आबा गुरव!

जांभळीचा देवदूत, जांभळीच्या ब्रह्मेश्वराचा गुरव!

या गुरवाच्या घरी उतरण्याची घाट्यांना का लहर आली, हे मला काही केल्या कळेना. घाट्यांचे बालपण जांभळीत गेले असेल, त्यावेळी ते ज्या नातेवाइकाकडे राहत होते, त्याचे बिऱ्हाड आज जांभळीत नसेल, आबा गुरवाची नि त्यांची त्यावेळची खूप ओळख असेल— म्हणून काय, ज्या समारंभाचा मी सेक्रेटरी होतो, त्याच्या मुख्य पाहुण्याने एका गुरवाच्या घरी उतरावयाचे?

आबाची मूर्ती माझ्या डोळ्यांपुढे उभी राहिली. ब्रह्मेश्वराच्या उत्सवाला मुलांकरिता म्हणून तरी मला जावेच लागे. त्यावेळी मी आबाच्या हातांत नारळ देई. पाठीला पोक आलेले त्याचे कृश शरीर देवापुढे नारळ ठेवून गाऱ्हाणे घालू लागले, की ते अधिकच कृश दिसू लागे. गाऱ्हाण्यातले तेच तेच ठरावीक शब्द नाकातून उच्चारताना, नारळ फोडून त्याचे अर्धे भक्कल, निर्माल्य व अंगारा यांच्यासह पदरात टाकताना आणि देवळात वावरताना आबाकडे कुणीही पाहिले, तरी त्याला एक निस्तेज चेहऱ्याचा म्हातारा यंत्राप्रमाणे आपले काम करीत आहे, असेच वाटत असे. त्याची बायको, एकुलता एक मुलगा आणि त्याने पाळायला घेतलेली एक मुलगी ही सारी तेरा-चौदा वर्षांपूर्वीच्या प्लेगात दगावली होती. त्यामुळे तो एकटाच देवळाजवळच्या आपल्या घरात राही. लहर येईल, तेव्हा पेजभात काहीतरी करून भुकेची वेळ निभावून नेई आणि उरलेला वेळ एखाद्या भुताप्रमाणे देवळाभोवताली भटकण्यात घालवी. अशा मनुष्याच्या घरी घाट्यांनी उतरणे म्हणजे जाणूनबुजून आपले हाल करून घेण्यासारखे होते.

म्हणून मी पुन्हा त्यांना आग्रहाचे पत्र लिहिले.

पण त्यांनी उत्तर पाठविले :

'या वेळी एका दिवसापेक्षा मला अधिक सवड नाही. या एका दिवसात आबाच्या सहवासात मला जेवढा वेळ घालविता येईल, तेवढा मी घालविणार आहे!'

माझ्या मनात आले— या भाई लोकांना वेडे म्हणतात, ते काही खोटे नाही. कदाचित हा कॉ. घाटे यांचा स्टंटही असेल! हे भाई म्हणजे गरिबांचे कैवारी ना? तेव्हा घाट्यांनी आपण किती तत्त्वनिष्ठ आहोत, हे दाखविण्याकरिताच आबा गुरवाच्या घरी उतरायचे ठरविले असावे!

आबा गुरव यजमान आणि कॉ. घाटे त्याचे पाहुणे!

नुसत्या कल्पनेनेच मला हसू आले! तसे पाहिले, तर या दोघांत काय साम्य होते? आबा जन्मात गुडघ्यांखाली जाणारा पंचा नेसला नसेल! आणि घाटे तर

सुटाबुटाशिवाय पाऊलही उचलीत नसतील! आबा तोंडात पाणी न घालता उपास करणारा, तर मटण नसले की, ज्यांना जास्त जेवण जात नाही, त्या पंथाचे घाटे अनुयायी असण्याचा संभव! आणि हे सर्व विरोध डोळ्यांआड केले, तरी आबासारख्या जन्मभर अंधश्रद्धेने देवाची पूजा करणाऱ्या अशिक्षित गुरवाच्या सहवासात घाट्यांसारख्या नास्तिक आणि विचारी मनुष्याला कसला आनंद मिळणार?

हा प्रश्न एकसारखा माझ्या मनात घोळत असतानाच व्याख्यानाचा दिवस आला. घाटे आले. शिष्टाचार म्हणून जांभळीला आबा गुरवाच्या घरी त्यांना पोहोचवायला मी गेलो.

आबाने त्यांना पाहिले मात्र, त्याच्या निस्तेज डोळ्यांत पाणी उभे राहिले.

तिसऱ्या प्रहरी घाट्यांना व्याख्यानाला नेण्याकरिता मी पुन्हा आबाच्या घरी गेलो. आबा चहा करीत होता. एका कळकट भांड्यातला तांबडालाल असा तो चहा कानफुटक्या पेल्यातून घाटे मिटक्या मारीत पीत होते. मला मात्र त्याचा एक घोट घेताच अगदी शिसारी आली.

"कसा झालाय चहा?" आबाने घाट्यांना विचारले.

"फक्कड!" ते उत्तरले. "त्या रात्रीच्या चहाची आठवण झाली मला अगदी!"

घाटे हसले.

आबाही हसला.

रात्रीचा चहा? हे काय गौडबंगाल आहे, ते मला कळेना! घाटे लहानपणी जांभळीत होते, तेव्हा रात्री-अपरात्री ते या गुरवाच्या घरी येत असले पाहिजेत, एवढे या संभाषणावरून उघड होत होते. अपरात्री देवळाकडे येण्याचे काय कारण असावे? देवळाजवळची भाविणीची घरे...

माझ्यातला फौजदारी वकील आता पुरा जागृत झाला होता. मला वाटले, या गुरवाची नि घाट्यांची दोस्ती असल्या काहीतरी भानगडीमुळेच झाली असावी! नाहीतर एवढा मोठा झालेला हा मनुष्य असल्या अडाणी माणसाच्या घरी मुद्दाम कशाला उतरेल! आणि उतरला, तरी चिखलातल्याप्रमाणे दिसणाऱ्या चहाची 'फक्कड' म्हणून कशाला स्तुती करील? व्यसनातली मैत्री, हीच खरी खरी मैत्री, असे आमच्या बारमधले एक वृद्ध वकील नेहमी म्हणत. त्यांच्या या वाक्याची आठवण होऊन माझे मन म्हणू लागले :

या दोघांच्या आपलेपणाच्या मुळाशी असेच काहीतरी काळेबेरे असले पाहिजे.

घाट्यांचे निम्मे व्याख्यान ऐकेपर्यंत हा विचित्र संशय माझ्या मनात दबा धरून बसला होता. पण पुढे मात्र मी स्वतःला विसरून गेलो. त्यांच्या बोलण्यात

बुद्धिमत्ता, तळमळ आणि उदात्तपणा यांचा असा काही सुंदर संगम झाला होता की, या मनुष्याच्या हातून आयुष्यात एखादी वाईट गोष्ट घडली असेल, असे मनात आणण्याचीसुद्धा मला लाज वाटू लागली. आंब्याच्या झाडाला कधी कवंडळे लागली आहेत का?

व्याख्यान संपल्यावर घाट्यांना आमच्या आबाच्या घरी परत पोहोचविण्याकरिता मी त्यांच्याबरोबर निघालो. ते फार दिवसांनी दिसलेले कोकणचे सायंकालीन सृष्टिसौंदर्य निरखून पाहत होते. पण माझे गोंधळलेले मन मात्र कशातच रमत नव्हते. शेवटी मी धीर करून म्हटले,

"एक प्रश्न विचारू का आपल्याला?"

माझ्याकडे हसून पाहत ते म्हणाले,

"अजून व्याख्यानाचाच विचार करताय वाटतं, तुम्ही?"

मी नकारार्थी मान हलविली.

"मग?" त्यांनी प्रश्न केला.

मी चाचरत विचारले,

"आबा गुरवाचा नि तुमचा इतका स्नेह कसा जमला?"

ते मधेच उद्‌गारले,

"कसा? आबा माझा गुरू आहे!"

एक अडाणी गुरव आणि तो एका प्रसिद्ध समाजवाद्याचा गुरू! मला खरेच वाटेना हे! माझ्या मुद्रेवरले आश्चर्य घाट्यांच्याही लक्षात आले असावे. ते म्हणाले,

"कुणालाही आश्चर्य वाटेल, अशीच हकिकत आहे ती! सत्य हे कल्पित कथेपेक्षा अधिक चमत्कृतिजनक असते, नाही?"

त्यांच्या या प्रश्नाने ती हकिकत ऐकण्याची माझी इच्छा अधिकच तीव्र झाली.

रस्त्याच्या पलीकडे एक लहानसा चौथरा होता. त्याच्याकडे बोट दाखवीत घाटे म्हणाले,

"ही सतीची जागा आहे ना, तिथे पाच मिनिटं बसू या! म्हणजे लहानपणीसारखं गार वाऱ्यात बसता येईल नि तुम्हाला हवी असलेली गोष्टही सांगता येईल."

मी या वाटेने अनेकदा गेलो होतो. पण तो चौथरा बांधलेली जागा सतीची आहे, याची मला मुळीच कल्पना नव्हती.

त्या चौथऱ्याजवळ बसता बसता माझ्या मनात दोन शब्द राहून राहून डोकावू लागले :

सती! आबा!

इतक्यात घाट्यांनी आपली गोष्ट सांगायला सुरुवात केली :

"माझे आई-बाप अगदी लहानपणी वारले. माझे एक दूरचे नातेवाईक जांभळीत

त्यावेळी राहत होते. त्यांनी मला इथे आणलं.

त्यांच्याकडे दोन-तीन गावांचं भटपण असे. ही सारी भिक्षुकी सांभाळायला मदत म्हणून त्यांना कुणीतरी मनुष्य हवंच होतं. सहाव्या वर्षी माझी मुंज करून त्यांनी मला भिक्षुक केलं.

भिक्षुकी करीत करीतच मी मराठी चार यत्ता पुऱ्या केल्या. झालं एवढं शिक्षण पुरं झालं, असं माझ्या पालकांचं मत होतं; पण मला मात्र आपण इंग्रजी शिकावं, कुठंतरी मामलेदार, नाहीतर मुन्सब व्हावं, असं फारफार वाटत होतं. शेवटी भिक्षुकी नसेल, त्या दिवशी शाळेला जायला मिळेल, या अटीवर मला त्यांनी जवळच्या गावच्या इंग्रजी शाळेत घातलं. माझा पंचा, माझी शेंडी, माझी भिक्षुकी या साऱ्याची त्यावेळी इतकी थट्टा झाली म्हणता!''

या आठवणीने घाटे हसले. मीही हसलो, पण पुढची हकिकत ऐकायची उत्सुकता असल्यामुळे मी तोंडातून चकार शब्दसुद्धा काढला नाही.

घाटे पुढे सांगू लागले :

''वर्षातले निम्मे दिवस शाळा चुकली, तरी वार्षिक परीक्षेत माझा पहिला नंबर येत असे. हा क्रम तीन-चार वर्षे चालला. मग मात्र शाळा चुकवून आपला नंबर वर राहणं शक्य नाही, हे मला कळून चुकलं. शाळा चुकविण्याऐवजी मी भिक्षुकीच चुकवू लागलो.

पण माझ्या पालकांना हे पसंत पडणं शक्य नव्हतं. शेवटी मी इंग्रजी शिकावं, का भिक्षुकी करावी, हे ठरविण्यासाठी देवाला प्रसाद लावायचं त्यांनी ठरवलं. सत्यनारायण, व्रत-वैकल्यं, नवस, इत्यादिकांचे संस्कार माझ्या मनावर लहानपणापासूनच अखंड झाले होते. आबा गुरवाच्या अंगात अवसर आला, म्हणजे तो घुमत घुमत ज्या गोष्टी सांगे, त्या त्या गावकरी निमूटपणानं मान्य करतात, हे पाहिल्यापासून तर देव आणि आबा गुरव या दोघांच्याहीविषयी माझ्या मनात विलक्षण श्रद्धा उत्पन्न झाली होती.

माझ्या पालकांनी आबाला प्रसाद लावायला सांगितले. उजवीकडले तुळशीचे पान पडले, तर मी भिक्षुकी करायची आणि डावीकडले पान पडले, तर मी इंग्रजी शिकायचे, असे ठरले.

माझ्या दुर्दैवाने उजवीकडले पान खाली पडले. त्यावेळी मला ते दुर्दैव वाटले हं! आता नाही तसे वाटत.

मी निराश होऊन घरी परत आलो. कोपऱ्यात बसून तास, दोन तास रडलो.

रात्री अंथरुणावर पडलो, पण काही केल्या झोप येईना! राहून राहून मनात येई, मी इंग्रजी शिकलो, तर देवाचं काय बिघडणार आहे? बाकीची मुलं नाही का इंग्रजी शिकत?

शेवटी एक कल्पना माझ्या मनात आली— देव प्रसाद देताना चुकला असावा! त्याला पुन्हा प्रसाद लावून पाहिला, तर?...

मी धडपडतच अंथरुणावरून उठलो. घरात कुणालाही कळू नये, म्हणून चोरपावलांनी बाहेर पडलो आणि अंधारातच देवळाच्या वाटेने चालू लागलो.

देऊळ जसजसे जवळ येऊ लागले, तसतशी एक शंका माझ्या मनात पुन:पुन्हा येऊ लागली. प्रसाद लावायला गुरव हवा. तो या वेळी कुठून जागा असणार?

लगेच वाटले, आपण स्वत:च प्रसाद लावला तर? जवळच्या तळ्यात बुडी मारावी आणि ओलेत्याने गाभाऱ्यात जाऊन—

काय करावे, हे मला सुचेना. मी देवळापाशी गेलो, तेव्हा सभामंडपात कुणीतरी फिरत आहे, असा मला भास झाला. भुताच्या कल्पनेने माझ्या अंगाचा थरकाप झाला. दीपमाळेच्या आड उभे राहून धडधडणाऱ्या अंत:करणाने मी निरखून पाहिले.

तो आबा गुरव होता! मला विलक्षण आनंद झाला. आपण आबाचे पाय धरून त्याला देवाला प्रसाद लावायला सांगू, देव आपल्याला हवा तोच प्रसाद देईल.

आनंदाने धावतच मी सभामंडपात गेलो. माझी चाहूल ऐकताच आबाने दचकून वर पाहिले. मी जवळ जाताच तो म्हणाला,

'पोरा, चूडबीड न घेता अंधारातनं आलास?''

''हो!''

''पायाबुडी काही मिळालं असतं म्हणजे?''

''या त्रासातून सुटलो तरी असतो!''

जवळ येऊन माझ्या पाठीवरून हात फिरवीत आबा म्हणाला,

''असं वेडंविडं बोलू नये, पोरा! अजून सारा जन्म जायचाय तुझा!''

''भिक्षुकी करण्यात!'' मी एकदम बोलून गेलो.

दुपारच्या प्रसादाची आठवण होऊन आबा हसला.

मी त्याचा हात धरून त्याला म्हटलं,

''आबा, माझं एक काम करशील?''

त्याने मानेने 'हो' म्हटले.

''आत्ताच्या आत्ता प्रसाद लाव देवाला!''

''काय म्हणून?''

''मी इंग्रजी शिकू की नको म्हणून!''

''तुझ्या मनात काय आहे?'' त्याने विचारले.

''शिकायचंय!''

''मग मुकाट्यानं शिकायला लाग!''

''पण देवाचा प्रसाद— दुपारी देवानं नको म्हणून सांगितलंय की!''

आबा विकटपणाने हसला. त्या भयंकर हास्याचा अर्थच मला कळेना!

माझा हात हातात धरून त्याने मला गाभाऱ्यात नेले आणि देवाकडे रोखून पाहत तो म्हणाला,

''पोरा, हा देव खरा आहे, म्हणून कुणी सांगितलं तुला?''

आबाला वेडबीड तर लागलं नाही ना, अशी शंका माझ्या मनात येऊन गेली. त्याला अडविण्याकरिता मी मुद्दाम म्हटलं,

''आबा, तुझ्या अंगात वारं येतं नि देव बोलतो! होय ना?''

''ते सारं खोटं आहे!''

''खोटं?''

''हो. खोटं! पोरा, जगात पोटासाठी नाही नाही ती सोंगं माणसाला करावी लागतात! माझं सोंगही त्यातलंच आहे! माझ्या अंगात देव येत असता, तर— तर माझी बायकापोरं अशी तडफडत मेली असती का? पोरा, या देवाचा प्रसाद घ्यायला तू आला आहेस! पण हा किती खोटं बोलतो, हे सांगू का तुला? माझी बायको प्लेगनं आजारी पडली, तेव्हा तीर्थ देऊ की डॉक्टर आणू, म्हणून मी देवाला प्रसाद लावला. देवानं तीर्थ द्यायला सांगितलं! त्याच्या तीर्थानं बायको मेली— मुलगा तसाच मेला— पाळायला घेतलेली दुसऱ्याची पोर— तीही तशीच मेली. तिन्ही वेळा या देवानं मला फसवलं. गावात ज्यांनी डॉक्टर आणला, त्यांची माणसं बचावली आणि ज्यांनी देवावर भरिभार टाकला, त्यांची माणसं—''

आबाला पुढे बोलवेना. त्याच्या डोळ्यांतून घळघळ पाणी वाहू लागले.

मी त्याला सभामंडपात घेऊन आलो. थोड्या वेळाने शांत होऊन तो म्हणाला,

''पोरा, कौल देवाला लावायचा नसतो! स्वतःच्या मनाला! तुला शिकावंसं वाटतंय ना? मग देवाच्या बापाचंसुद्धा भय न बाळगता तू शिकायला जा. खूप खूप शीक नि लोक असल्या देवाच्या नादाला लागणार नाहीत, असं काहीतरी कर!''

लगेच त्याने मला आपल्या घरात नेले आणि पुरचुंडी करून ठेवलेले पंचवीस रुपये माझ्या हातात ठेवून तो म्हणाला,

''हे घेऊन अस्साच्या अस्सा चालायला लाग. मुंबईला जा, काम कर. भीक माग, काहीही कर— पण शिकायचं मात्र सोडू नकोस!''

ते पंचवीस रुपये आणि एक कंदील घेऊन मी मध्यरात्री त्याचा निरोप घेतला. तेव्हा तो वात्सल्याने म्हणाला,

''पोर घर सोडून जायला लागलं की, बायकामाणसं त्याच्या हातावर दही घालतात, पण माझ्यासारख्या फटिंगाच्या घरात दही कुठून असणार? थांब, मी

तुला चहा करून देतो!

त्यानं त्या मध्यरात्री माझ्यासाठी मुद्दाम केलेला तो चहा अगदी कडवट होता, पण त्यानं माझं तोंड गोड केलं. देवळाकडे जाताना मी अंधळा होतो, पण आबाचा निरोप घेऊन गाव सोडून जाताना माझे डोळे पुरे उघडले होते. बारा वर्षांपूर्वी मी पहिल्यांदा मुंबईला गेलो. तेव्हा मोठा संप सुरू होता...''

समोरून येणाऱ्या मनुष्याकडे पाहत मी म्हटले,

''आबाच येतोय वाटतं तुम्हाला शोधायला?''

आम्ही दोघेही आबाच्या जवळजवळ येणाऱ्या आकृतीकडे पाहू लागलो. सायंकालच्या मंदमधुर प्रकाशातून कुणीतरी देवदूतच पृथ्वीवर अवतरत आहे, असा ती आकृती पाहून मला भास झाला.

■

पहिला दोहरा

मोटार सुरू झाली. माड, चहाची दुकाने आणि घरे मागे पडली.

मोटार कोपऱ्यावरून वळली. चाफ्याच्या झाडांवरली पांढरी फुले शंकररावांना दिसली न दिसली तोच अदृश्य झाली.

आता मोटार देवळावरून जात होती. शंकररावांनी मोठ्या उत्सुकतेने देवळाकडे पाहिले. मोटार झरकन पुढे गेली, तेव्हा त्यांनी देवाला हात जोडून नमस्कार केला.

मोटार उंचसखल रस्त्यावरून धावत होती. तिच्या धक्क्याबरोबर शंकररावांचे शरीरच नव्हे, तर मनही खालीवर होत होते.

त्यांच्या मनात आले, अलीकडे पहाटे धाकटी इंदू जागी होऊन हा हू करू लागली की, आपणही जागे होत होतो. इंदूच्या त्या मधुर उद्गारांच्या जोडीने देवळातली नौबतही आपल्या कानांवर पडे. पहाटेच्या त्या शांत वेळी ती नौबत ऐकून मन कसे प्रसन्न होऊन जाई! आता मुंबईला पहाटे नौबत कुठून ऐकू येणार? ट्रामगाड्यांचा खडखडाट... दूधवाल्या भय्यांच्या चढण्या-उतरण्याचा जिन्यांवर होणारा दणदण आवाज... वर्तमानपत्रे विकणाऱ्या पोरांचा आरडाओरडा...

गेल्या दहा वर्षांत शंकरराव मुंबईला तीनदा गेले होते. तिन्ही वेळा पहाटे याच आवाजांनी त्यांची झोपमोड केली होती.

मोटारीतल्या एका म्हाताऱ्या गृहस्थांनी शंकररावांना प्रश्न केला,

"मालवणला कोर्टात काम आहे, वाटतं?"

"अंहं!!"

"मग?"

"मुंबईला चाललोय मी!"

"मुंबईला? लगीनबिगीन आहे की काय कुणाचं?"

"हं!"

"कुणाचं?"

"माझं!"

म्हातारेबुवा मोटारीत दाटीवाटीने बसले होते म्हणून बरे! नाहीतर त्यांनी

आश्चर्याने उडीच मारली असती!

मोटारीला फार मोठा अपघात झाल्यासारखा चेहरा करून ते वृद्ध गृहस्थ स्वस्थ बसले.

त्यांची तरी काय चूक होती? दहा वर्षांपूर्वी त्यांनी आपल्या हाताने शंकररावांवर अक्षता टाकल्या होत्या आणि मागच्याच वर्षी जत्रेतले दारूकाम पाहायला त्या बायकोला नि तीन मुलांना घेऊन शंकरराव आले होते, हेही त्यांना आठवत होते. अलीकडे थोडे कमी दिसत असूनसुद्धा शंकररावांची सौभाग्यवती गरोदर आहे, हे त्यावेळी त्यांच्या लक्षात येऊन चुकले होते. चार मुले असलेल्या माणसाने एक बायको जिवंत असताना दुसरी बायको करायची, म्हणजे—

त्या वृद्ध गृहस्थांच्या मुद्रेकडे लक्ष जाताच शंकररावांनी आपली जीभ चावली.

ते हसत हसत म्हणाले,

"कुणा बाईबिईशी माझं लग्न ठरलं नाही!"

विश्वरूपदर्शनाच्या वेळी अर्जुनाच्या मुद्रेवर जेवढे आश्चर्य उमटले नसेल, तेवढे म्हाताऱ्या बंडूनानांच्या चेहऱ्यावर चमकू लागले. त्यांच्या मनात आले :

या शंकररावाला वेडबीड तर लागले नाही ना? लग्न तर करणार म्हणतो, नि ते बाईशी नाही, म्हणून वर सांगतो!

थट्टेची गोडी थोडक्यात असते, हे ओळखून शंकरराव म्हणाले,

"नोकरीशी लग्न ठरलंय माझं, बंडूनाना!"

हातातल्या पानाच्या शिरा काढीत काढीत प्रसन्न मुद्रेने बंडूनाना उद्‌गारले,

"मुंबईला नोकरीला चालला होय? छान!"

छान!

बंडूनानांचा हा शब्द शंकररावांच्या कानांत तापल्या तेलाप्रमाणे शिरला.

ते मनात म्हणाले,

'म्हाताऱ्या माणसांची मनंसुद्धा सुरकतून जातात की काय, कुणाला ठाऊक! बायकामुलं सोडून जाताना मला काय होतंय— कुणीतरी काळजाचा तुकडा काढल्यासारखं कसं वाटतंय— हे पान-तंबाखूशिवाय ज्याचं कशावरच प्रेम नाही, त्या बंडूनानाला कसं कळणार?'

मोटार धावतच होती.

शंकररावांचे मनही भूतकाळात धावू लागले.

उण्यापुऱ्या दहा वर्षांत आपण नि बायको सहा महिनेसुद्धा एकमेकांपासून दूर राहिलेलो नाही. लग्न झाल्यावर पहिल्या पहिल्यांदा घरातले घड्याळ रात्री आठ ते

दहाच्या दरम्यान फार हळू चालते, असे आपल्याला वाटे. पत्नीविषयी तशा प्रकारची ओढ आपल्याला हल्ली वाटत नसली, तरी ती आपल्या आसपास आहे, या भावनेनेच आपल्याला किती समाधान होते. जणूकाही गर्द राईतल्या सावलीप्रमाणे तिच्या नुसत्या अस्तित्वातच सुख आहे.

पण आजपासून आपण या सुखाला पारखे झालो.

एक वेळ बायकोची आठवण विसरता येईल. पण मुलांची?

मुंबईत आपण कामावर जाऊ, तेव्हा मुले शाळेत जात असणार, आपण कामावरून परत येऊ, तेव्हा शाळा सुटून मुले परत घरी जात असणार. मुलांचे ते थवेच्या थवे पाहून आपल्याला अगदी भडभडून येईल—

नि ज्या चाळीत आपण राहू, तिथे शेजारच्या खोलीतून एखादे मूल नसेल, म्हणून कुणी सांगावे? ते अपरात्री रडू लागले की इंदू रडते आहे, असे वाटून आपण जागे होऊ! जाग आल्यावर खोलीत आपण एकटेच आहो, हे पाहून आपल्याला काय वाटेल— इंदूची नि इंदूच्या आईची आपल्याला किती आठवण येईल. सारी रात्र आपण अंथरुणावर तळमळत राहू.

छे! उगीच पत्करली आपण ही मुंबईची नोकरी! आपल्या मुलाबाळांत राहून मीठ-भाकरी खाण्यात जे सुख आहे, ते एकट्याने तूपपोळी खाण्यातसुद्धा नाही.

बंदरावर बोटीत चढायच्याऐवजी संध्याकाळच्या मोटारने घरी परत जावे नि मुंबईला चुलतभावाला तार करावी की,

छे! तेही शक्य नाही. आपल्या लग्नाच्या वेळी घरच्या शेतावर नि बागायतीवर संसार चांगला चालेल, अशी आईप्रमाणे आपलीही कल्पना होती. म्हणून तर आपण नोकरीची कुठेच खटपट केली नाही.

पण आता? दहा वर्षांत कुटुंब वाढले, पण मिळकत कमी झाली. शेती म्हणजे माती झालीय नुसती हल्ली! थोरल्या मुलाचे इंग्रजी शिक्षण सुरू झाले, त्याच्या पाठच्या बहिणीचे फ्रॉक शिवायला खेड्यातले शिंपीसुद्धा आठ-आठ आणे मागू लागले. सकाळपासून संध्याकाळपर्यंत चहाचे आधण चुलीवर उकळत ठेवले नाही, तर गृहस्थधर्म मोडल्यासारखा होतो.

म्हणून चुलतभावाला नोकरीची खटपट करायला आपण लिहिले. नशिबाने नोकरी मिळाली, पण—

शंकररावांच्या विचाराची कथा पुन्हा मूळ पदावर आली.

गेली दहा वर्षे कुटुंब हेच त्याचे जग झाले होते. ते कधी वर्तमानपत्रातले ज्योतिषसुद्धा वाचीत नसत; मग इतर वाचनाची गोष्ट दूरच राहिली. गावातल्या पत्त्याच्या अड्ड्यावर ते जसे कधी दिसले नव्हते, त्याप्रमाणे देवळातल्या गावकऱ्यांच्या भांडणातही त्यांनी कधी भाग घेतला नव्हता! त्यांचे त्रिभुवन घरात साठलेले होते.

मोटार खर्रर आवाज करीत एकदम थांबली. एक मांजर आडवे आले होते. शंकररावांनी रस्त्यावरून हळूहळू जाणाऱ्या त्या हडकुळ्या मांजराकडे पाहिले. डाव्या बाजूला असलेल्या घराच्या पायरीवर जाऊन ते बसले. त्या घराच्या दाराला कुलूप आहे, हे मोटारीतूनही दिसत होते.

रस्त्याने जाणारा एक मनुष्य त्या मांजराकडे पाहून हसला आणि म्हणाला,

''पंधरा दिवस झाले, घराला टाळं लागलंय; पण हे मांजर काही हलत नाही दारातनं!''

बंदरावर पोहोचल्यावरसुद्धा शंकररावांना राहून राहून त्या मांजराची आठवण होत होती.

बोट यायला अजून तब्बल दोन तास अवकाश होता. शंकररावांच्या डोळ्यांपुढे आपले घर उभे राहिले. आपली पत्नी या वेळी मुलांना वाढीत असेल, ती आपली आठवण करून रडत असतील, 'ते मुंबईहून खूप खूप खाऊ घेऊन येणार आहेत' म्हणून आपली बायको त्यांची समजूत घालीत असेल.

असंख्य नाजूक आठवणींनी त्यांचे मन व्याकूळ होऊन गेले.

एका प्रवाशाच्या सामानात एक पोपट होता. शंकरराव त्याच्यापुढे जाऊन उभे राहिले. ते मोठ्या कुतूहलाने पोपटाकडे पाहत आहेत, असे दिसताच त्याचा मालक म्हणाला,

''दार उघडलंत, तरी उडून जाणार नाही हा! दोनदा मी त्याला सोडलं होतं. पण आपणहून तो पिंजऱ्यात परत आला. फार माया आहे त्याची माझ्यावर! होय की नाही रे विठू!''

''होय, साहेब!'' विठूने उत्तर दिले.

बोट चालू लागल्यावर समुद्राच्या पाण्याप्रमाणे शंकररावांच्या मनातही खळबळ सुरू झाली.

कठड्याला टेकून ते कितीतरी वेळ शून्य दृष्टीने किनाऱ्याकडे पाहत होते. त्यांच्या पलीकडेच तो पोपटाचा पिंजरा होता. पिंजऱ्यात दांडीवर बसलेला तो पोपट आपल्यापेक्षा सुखी आहे, असे त्यांना वाटले.

एका जागी उभे राहवेना, म्हणून ते इकडेतिकडे फिरू लागले. मधेच बोटीच्या हेलकाव्याबरोबर तोल जाऊन त्यांचा पाय एका म्हाताऱ्या ख्रिश्चन मनुष्याला लागला. त्यांनी वाकून नमस्कार करताच तो म्हातारा हसला.

शंकररावांनी विचारले,

''कुठे चालला, आजोबा?''

"मुंबईला! जमलं, तर आफ्रिकेला जाणार आहे तिथनं!"

"आफ्रिकेला?"

"हं!"

म्हाताऱ्याने पोटाकडे बोट दाखविले नि तो मोठ्याने हसला. एकही दात नसलेल्या त्या म्हाताऱ्याचे ते हसणे शंकररावांना आपल्या इंदूच्या हसण्याइतके मोहक वाटले.

ते थोडेसे पुढे गेले, तोच त्यांना हाक आली :

"साहेब..."

त्यांनी मागे वळून पाहिले. मळकट धोतराचा काचा कसलेला आणि अंगात कसल्या तरी भिकार कापडाचा नेहरू शर्ट असलेला एक मनुष्य त्यांना दिसला. त्याच्या हातात चुरगळलेल्या गांधी टोपीबरोबरच दहा-बारा पुस्तकेही होती.

पुढे येऊन तो गोड स्वराने म्हणाला,

"साहेब, पुस्तकं हवीत का?"

शंकररावांच्या तोंडून उत्तर यायच्या आधीच त्याने दोन-चार छोटी छोटी पुस्तके त्यांच्या हातात ठेवली. त्यांची नावे पाहून ती परत करीत शंकरराव म्हणाले,

"मला हिंदी येत नाही, बाबा!"

"मला तरी मराठी कुठं येत होतं, साहेब? पण तीन-चार वर्षं या मुलखात काढली..."

"गाव कुठं आहे तुमचं?"

"तिकडे दिल्लीकडे एक खेडं आहे, साहेब!"

"इतक्या दूर कशाला आला?"

मघाच्या त्या ख्रिश्चन म्हाताऱ्याप्रमाणे हा हिंदी मनुष्यही पोटाकडे बोट दाखवून हसला.

"घरी कुणी नाही वाटतं?"

"आई आहे, बायको आहे, छोकरा आहे..."

"छोकरा? केवढासा आहे?

"आहे चार वर्षांचा!"

"किती दिवसांनी मुलाला भेटायला जाता?"

"तीन वर्षांत एकदाही गेलो नाही, साहेब! भाड्यात जे पैसे खर्च करायचे, ते मी बाजूला काढून ठेवतो नि पोराला खेळणी पाठवतो, कपडे पाठवतो!"

"त्याला पाहावंसं वाटत नाही तुम्हाला?"

"त्याला डोळे भरून पाहिल्यावाचून झोपच येत नाही, साहेब!"

शंकरराव त्याच्याकडे आश्चर्याने पाहू लागले.

त्याने आपल्या शर्टच्या खिशातून एक लहानसा फोटो बाहेर काढला नि तो शंकररावांच्या पुढे धरून तो म्हणाला,

"हा पाहिलात का माझा छोकरा?"

त्या फोटोकडे आणि पुस्तके विकून पोट भरणाऱ्या माणसाकडे आळीपाळीने पाहत शंकरराव म्हणाले,

"एक सोपंसं हिंदी पुस्तक द्या मला!"

"हे दोहऱ्याचं पुस्तक फार गोड आहे, साहेब! एक एक दोहरा म्हणजे... हा पहिलाच दोहरा ऐका..."

खड्या आवाजात दोहरा म्हणून तो त्याचा अर्थ सांगू लागला :

"प्रीती म्हणजे मोह नव्हे. प्रीती म्हणजे भोग नव्हे. प्रीती म्हणजे भक्ती! प्रीती म्हणजे त्याग!

प्रभू रामचंद्राने लहानपणी राज्याचा आणि तरुणपणी पत्नीचा त्याग केला, तो काही उगीच नाही!"

■

सरस्वती

गप्पा आणि वावटळ यांची तुलना करायला कवी तर धजणार नाहीच, पण एखाद्या विनोदी लेखकानेसुद्धा या दोन्हींतले साम्य अद्यापि कसे दाखविले नाही, याचे मला आश्चर्य वाटते.

वावटळीप्रमाणे गप्पाही कुठे भरकटत जातील, याचा नेम नसतो. आमच्याच क्लबातली गोष्ट घ्या ना! दिवाळीत क्लबाच्या सर्व सभासदांनी एक मेजवानी झोडायचे ठरविले. मेजवानीला कोणते पक्वान्न करावे, याविषयी एवढी दंगल झाली की, तेवढी कुठल्याही गावातल्या म्युनिसिपल निवडणुकीतसुद्धा होत नसेल. शेवटी श्रीखंडपुरीला अधिक मते पडून ती निवडून आली. पक्वान्न निश्चित झाल्यावर दिवसाचा प्रश्न उद्भवला. अमावास्या व्यापाऱ्यांना सोईस्कर नव्हती, प्रतिपदेच्या दिवशी आपण घरी जेवलो नाही, तर आपल्याला घरात पाऊल टाकायची सोय उरणार नाही, अशी अनेक पतिराजांनी तक्रार केली आणि भाऊबीज—

भाऊबिजेला तर बहुतेकांना आपल्या बहिणीच्या घरी जायचे होते.

झाले. भाऊबिजेवरून गप्पांना सुरुवात झाली. एकाने भाऊ आणि बहीण यांचेच इतके प्रेम का असावे, बहिणीबहिणींमध्ये अशा प्रकारचे प्रेम का असू नये, अशी शंका काढली. त्या शंकेचे निरसन करण्याकरिता अनेक विद्वान वीर पुढे सरसावले. एकाने फ्रॉइडविषयीच्या गप्पा मारून भाऊ आणि बहीण यांच्यातच अधिक आकर्षण असते, असे सांगितले. दुसऱ्याने पुरुष हा पैसे मिळविणारा प्राणी असल्यामुळे त्याने आपले प्रेम व्यक्त करण्याकरिता भाऊबिजेला बहिणीला ओवाळणी घालण्याची पद्धत सुरू केली, असे सिद्ध केले. तिसऱ्या सनातनी गृहस्थांनी 'दहा पुरुष एकत्र नांदतील, पण दोन बायकांचे मात्र कधीही पटायचे नाही' या म्हणीचा आधार घेऊन बहीण बहिणीवर प्रेम करीत नाही, असा सिद्धान्त मांडला. या तिघांचे बोलणे ऐकताना मला मोठी मौज तर वाटलीच; शिवाय त्या भलत्याच वादविवादात मेजवानीचा दिवस नक्की करायचे कुणालाही भान राहिले नाही, हे पाहून मला हसूही आले. पण क्लबातून बाहेर पडून नेहमीप्रमाणे मी एकटाच फिरायला गेलो मात्र; पाण्यात दाबून ठेवलेले बूच हात सोडताच वर येऊन तरंगू लागावे, तसा

एकच प्रश्न माझ्या मनापुढे पुन:पुन्हा उभा राहू लागला— व्यवहारात काय किंवा वाङ्मयात काय, भावाचे बहिणीवरले प्रेम आपल्याला नेहमी पाहायला मिळते. पण एका बहिणीचे दुसऱ्या बहिणीवरले प्रेम— माझ्या आवडत्या कादंबऱ्या, गोष्टी आणि नाटके यांची कथानके झरझर माझ्या डोळ्यांपुढून जाऊ लागली. चंद्रज्योत जळताना मोठी सुंदर दिसते, पण ती जळून गेली की, तिचे सौंदर्य लोप पावते. माझी आवडती कथानके मला तशीच वाटू लागली. त्यांच्यात कल्पनाचातुर्य होते, भावमाधुर्य होते— सर्व काही होते, पण ज्या एका साध्या प्रश्नाचे उत्तर मी शोधीत होतो, ते मात्र मला कुठेच मिळत नव्हते. आजपर्यंत भावांनी बहिणींना नाना तऱ्हांच्या ओवाळण्या घातल्या असतील, पण बहिणीने बहिणीला कधीतरी ओवाळणी घातली असेल काय?

माझ्या आवडत्या जागी बसून कितीतरी वेळ मी या एकाच प्रश्नाचे उत्तर देण्याचा प्रयत्न करीत होतो.

हळूहळू माझ्याभोवती काळोख पडू लागला. मी सहज मान वर करून पाहिले.

समोर एक सुंदर चांदणी चमकत होती.

माझ्या मनात आले :

बहिणीचे बहिणीवरले प्रेमही असेच असण्याचा संभव आहे. कुठे आपली पृथ्वी नि कुठे ही चांदणी! दोघींमध्ये केवढे मोठे अंतर! पण एवढ्या दुरूनही ही चांदणी अंधारात भांबावून गेलेल्या पृथ्वीला प्रकाश देण्याचा प्रयत्न करीत आहे.

या कल्पनेने मला बरे वाटले. पण ते क्षणभरच! झोपेचे औषध घेतल्यावर रोग्याला जशी गुंगी येते, तशीच— अगदी तश्शी कल्पनेची मोहिनी असते. पण ती मोहिनी दूर झाली की,—

घरी येईपर्यंत मी या एकाच प्रश्नाचा विचार करीत होतो. माझ्या ओळखीच्या पुष्कळ कुटुंबांची मी आठवण करून पाहिली. त्यातल्या बहिणीबहिणींचे लहानपणचे प्रेम मला स्पष्ट दिसत होते. पण त्यांचे मोठेपणीचे प्रेम? लग्न झाल्यावर प्रत्येक मुलगी आपल्या संसारात गुंग होते, हेच खरे! समुद्राला मिळून गेलेल्या नदीला डोंगरावरल्या सुंदर दृश्यांची आठवण राहिली नाही, तर त्यात नवल ते कसले?

घराच्या पायऱ्या चढता चढता माझ्या मनात आले, आपण उगीच इतका वेळ या प्रश्नाचा विचार करून डोके शिणविले. आपल्या आईचे आयुष्यच या प्रश्नाचे उघडउघड उत्तर देत आहे. मग—

आईचा स्वभाव किती प्रेमळ आहे, याची मीच काय, पण सारे गाव खात्री देईल. बाबा इतके तापट असूनही ती त्यांच्या आठवणी सांगू लागली, म्हणजे तिचे मन किती हळवे आहे, याची कल्पना येते. अर्धांगवायूने दोन-तीन वर्षे अंथरुणावर

रखडून बाबा वारले. या तीन वर्षांत त्यांचा स्वभाव किती त्रासिक आणि चिडखोर झाला होता! पण त्या तीन वर्षांत आईने हू की चू न करता त्यांची अगदी मनोभावाने सेवा केली.

आईचे माझ्यावरले प्रेम... मी टायफॉइडने आजारी होतो, तेव्हा ती देवाची प्रार्थना करी, 'माझे उरलेले आयुष्य घे. त्यातल्या प्रत्येक वर्षाचा, हवा तर, महिना कर पण ते सारं, सारं आयुष्य माझ्या बाळाला दे!' तिचे हे उद्गार ऐकूनच माझ्या खोलीच्या दारात येऊन उभा राहिलेला मृत्यू मुकाट्याने माघार घेऊन गेला असावा!

आईने कुणा शेजाऱ्यापाजाऱ्याला कधी विमुख पाठविले नाही. एक सोडून दहा पाहुणे आले, तरी कपाळाला आठी घातली नाही. पण! पण तिने सुधामावशीला कधीही घरी राहायला बोलवले नाही. समाजसेविका म्हणून मावशीचे फोटो वर्तमानपत्रांतून येत असताना ती जिवंत असेपर्यंत तिचा एकसुद्धा फोटो घरात लावला नाही. आपल्याला एक बहीण होती, याची तिला आठवणच नसावी, असे तिच्या बोलण्यावरून नेहमी वाटे. असे का बरे व्हावे?

सुधामावशी बालविधवा होती, आईची धाकटी बहीण होती, आईशिवाय तिला जवळचे दुसरे कुणीही नव्हते आणि असे असून, मला कळू लागल्यापासून मावशी कधीही आमच्या घरी आलेली मला आठवत नाही. मी मोठा झालो, मिळवता झालो की, मावशीला मुद्दाम घरी आणायचे, असे मोठमोठे मनोरे बालपणी मी मनात उभारीत असे. पण माणसाच्या मनातले मनोरे गगनचुंबी असले, तरी काळाच्या एका फुंकरीसरशी ते जमीनदोस्त होतात. माझा कॉलेज-कोर्स संपण्यापूर्वीच सुधामावशी कालवश झाली. मी हळूहळू तिची आठवण विसरून गेलो. आईही सहसा तिचा उल्लेख करीत नसे.

आज माझे जेवणावर लक्ष नाही, असे पाहताच आई हसून म्हणाली,
"काय रे, आज चित्त कुठं गेलेय?''
"भटकतंय!''
"उगीच?''
"अंहं! शोधायला!''
मी गप्प बसलो, असे पाहून ती हसत हसत म्हणाली,
"एखादी मुलगी शोधायला असेल?''
"छे!''
"कोशात 'छे'चे काय काय अर्थ दिलेले असतात, रे?''
मी पाहतच राहिलो!
आईला आज माझी थट्टा करण्याची चांगलीच लहर आली होती!

ती म्हणाली,

"बायकांच्या 'इश्श्'चे निरनिराळे अर्थ होतात ना? तसेच पुरुषांच्या 'छे'चेही होतात!"

"माझ्या 'छे'चा काय अर्थ केला आहेस तू?"

"सांगू?"

"हं!"

"छे म्हणजे होय!"

"वा! अर्थाचा अनर्थ करते आहेस तू!"

आम्ही दोघेही खूप हसलो. हसण्याचा भर ओसरल्यावर मला संध्याकाळपासून भंडावून सोडणारी ती शंका मी तिला सांगितली नि म्हणालो,

"बहिणीचं बहिणीवर प्रेम नसतं, हेच खरं!"

"तुम्ही लेखक म्हणजे..."

"जगाला सत्य सांगण्याची जबाबदारी आमच्यावरच आहे!"

"पण जी गोष्ट तुम्ही सांगता, ती कधी नीट पाहता तरी का?"

"हो!"

"तुला हा सिद्धान्त कुणावरनं सुचला, ते तरी कळू दे!"

"कुणावरनं?" मी हसत उत्तरलो, "तुझ्यावरनंच!"

आई माझ्याकडे पाहतच राहिली! स्वप्नात काहीतरी भयंकर दिसले, म्हणजे मनुष्य घाबरून डोळे उघडून ज्या विचित्र दृष्टीने पाहू लागतो, ती या वेळी आईच्या डोळ्यांत दिसत होती. मात्र तिच्या तोंडातून एकही शब्द बाहेर पडला नाही.

आता मला माघार घेणे शक्यच नव्हते.

मी म्हणालो,

"तू नि सुधामावशी सख्ख्या बहिणी ना?"

"हो!"

"तुमचं दोघींचं एकमेकींवर प्रेम असतं, तर मावशी आमच्या घरी वरचेवर आली असती. निदान शेवटच्या आजारात तरी बहिणीच्या मांडीवर डोकं ठेवून प्राण सोडावा, अशी इच्छा तिच्या मनात उत्पन्न झाली असती."

माझ्यातला लेखक आणखी काय काय बडबडत राहिला असता, कुणाला ठाऊक!

आईचे डोळे भरून आले होते.

डोळ्यांतले पाणी पुसण्याकरिता तिने मान वळविली. माझ्या मनाला विलक्षण चटका बसला. नकळत मी आईच्या जिव्हारी जखम केली होती. लेखकाला अद्भुत तत्त्वांची टाकसाळ उघडण्याची जी लहर येते, तिला मी बळी पडलो की काय, हे

मला कळेना! जगाला काहीतरी नवीन सांगण्याच्या अभिनिवेशात—

आईने डोळे पुसले आणि ती उठून गेली.

हात धुऊन मी जड पावलांनी माझ्या खोलीत आलो.

समोरच्या सुंदर छायाचित्राकडे मी पाहिले... गंगा-यमुनांचा सुंदर संगम होता तो, पण चित्राचे नाव मात्र होते 'त्रिवेणीसंगम.' ते नाव वाचून मला नेहमीप्रमाणे हसू आले.

इतक्यात आई आत आली. तिच्या हातात एक चंदनाची पेटी होती. घरातल्या दागिन्यांच्या ट्रंकेत ती मी पुष्कळ वेळा पाहिली होती; पण तिच्यात काय आहे, हे मी आईला कधीच विचारले नव्हते. ती पेटी दिसली की, मी मनात म्हणत असे— सुनेच्या अंगावर घालायला एखादा सुंदर दागिना आईने या पेटीत ठेवला असेल. माझ्या लग्नादिवशी तो बाहेर काढून मला चकित करायचा तिचा बेत असावा! त्या पेटीत काय आहे, हे विचारून तिचा हा भावी आनंद नाहीसा करण्यात काय अर्थ आहे?

यामुळे आई ती पेटी घेऊन या वेळी माझ्या खोलीत का आली, हे काही केल्या माझ्या लक्षात येईना.

वाटले, त्या पेटीत सुधामावशीचे दागिने असतील. तिने ते आईला दिले असावेत. बहिणीचे बहिणीवर प्रेम नसते, असे मधाशी मी बोलून गेलो ना? माझे ते म्हणणे खोडून काढण्याकरिता आई ही पेटी घेऊन—

लगेच मनात आले, बाबांची स्थिती नेहमीच चांगली होती, मग मावशीने आईला दागिने देण्याचे कारण काय? आणि बालविधवा असल्यामुळे तिने ते दिले, तरी आईने ते घेतले कसे? मावशीला गोरगरिबांकरिता ते खर्च करता आले असते!

पेटीवर किल्ली ठेवून आईने माझ्याकडे पाहिले. ऊनपावसाप्रमाणे तिची मूक दृष्टी मला वाटली. त्या दृष्टीत हास्य होते : आणि कारुण्यही होते.

माझ्याशी अवाक्षरही न बोलता आई हळूहळू निघून गेली.

ती चंदनाची पेटी, तिच्यावरली ती छोटी किल्ली—

मी किल्ली हातात घेतली, पण काही केल्या ती पेटी उघडण्याचा मला धीर होईना.

लहानपणी 'अलीबाबा आणि चाळीस चोर' ही माझी फार आवडती गोष्ट होती. त्या गोष्टीत 'तिळा उघड' असे म्हटल्याबरोबर गुहेचा दरवाजा उघडतो. तो उघडल्याबरोबर अलीबाबाची जी विचित्र मन:स्थिती झाली असेल, तिचा पुरा पुरा अनुभव या वेळी मला आला.

संशय हा कटू सत्यापेक्षाही अधिक दाहक असतो, नाही? त्यामुळे गोंधळलेल्या मन:स्थितीत मी एकदा ती किल्ली कशीबशी फिरविली आणि पेटीचे झाकण उघडले—

वरच एका तरुणीचा लहानसा फोटो होता. तिच्या कपाळाला कुंकू नव्हते. पण तिचा चेहरा इतका आकर्षक होता, की—

मी सौंदर्याच्या दृष्टीने त्या फोटोकडे पाहत होतो. एकदम माझे अंग शिरशिरले! हा मावशीचा तरुणपणीचा फोटो तर नसेल? समाजसेविका म्हणून प्रसिद्ध होणारे तिचे सारे फोटो प्रौढपणीचे होते. पण हा फोटो... फोटोतली तरुणी सतरा-अठरा वर्षांचीच असली, तरी तिचे डोळे, तिच्या जिवणीची ठेवण, सारेसारे हुबेहूब मावशीसारखे होते.

आईपाशी मावशीचा हा फोटो असून, तिने तो मला कधीच का दाखवला नाही? मावशी नि आई यांचे एकमेकींकडे जाणे-येणेही नव्हते. या परकेपणाच्या मुळाशी मावशीचे एखादे विचित्र रहस्य—

अधीरपणाने तो फोटो बाजूला ठेवून, पेटीत काय आहे, ते मी पाहिले. दोन पत्रे होती तिथे! मी वरचेच पाकीट घाईघाईने उचलले आणि आतले पत्र बाहेर काढून ते उघडले.

त्या पत्रातले अक्षर पाहताच मला विजेचा धक्का बसला!

बाबांचे अक्षर होते ते!

चंदनाच्या पेटीत आईने गुप्तपणे ठेवलेला मावशीचा फोटो, त्याच्या खाली बाबांचे पत्र आणि त्या पत्राचा आरंभ तरी काय होता?

'प्रिय सुधा—'

उन्हाने भोवळ यावी, तसे मला झाले. पाच-दहा मिनिटे ते पत्र हातात घेऊन मी तसाच बसलो. घरातल्या बिळात साप आहे, असे समजल्यावर माणसाच्या मनाची जी स्थिती होईल, तिचा या पाच-दहा मिनिटांत मी अनुभव घेतला.

शेवटी धीर धरून मी ते पत्र झरझर वाचले. 'कुतर्क कधी खोटा ठरत नाही' या वाक्याची मला खात्री पटली.

ते प्रेमपत्र होते— बाबांनी सुधामावशीला लिहिलेले प्रेमपत्र होते. त्यात आईचा उल्लेख बाबांनी इतक्या तुच्छतेने केला होता, की—

एखाद्या देवळातल्या मूर्तीची भक्ताने आंधळेपणाने पूजा करावी आणि डोळे उघडून पाहताच ती मूर्ती देवाची नसून, राक्षसाची आहे, असे त्याला आढळून यावे— अगदी तश्शी माझी स्थिती झाली! अशा

राक्षसाबरोबर संसार करण्यापेक्षा आई त्याला सोडून दूर का गेली नाही, याचे—

बाबांचे ते प्रेमपत्र दूर भिरकावून देऊन मी पेटीतले ते दुसरे पत्र उचलले.

त्या पत्राचे अक्षर मोत्यासारखे सुंदर होते, पण ते यापूर्वी मी कधीच पाहिले नव्हते. मी पत्राच्या खालचे नाव वाचले-

'तुझी <u>बहीण</u>
सुधा'

'बहीण' या शब्दाखाली आडवी रेघ मारलेली पाहून मला परीक्षेतल्या व्याकरण चालविण्याच्या प्रश्नाची आठवण झाली. मनात आले, आपण बहीण आहो, हे जिला बजावून सांगावे लागते, ती बाई आईशी कशी वागली असेल, हे सांगायला काही ज्योतिष्याची जरुरी नाही. तिचे नि बाबांचे वर्तन आईला असह्य झाले असेल, आईने तिला घरातून घालवून दिले असेल आणि मग शेवटी पश्चात्तापाचे नाटक करण्याकरिता तिने हे पत्र आईला लिहिले असेल.

बिचारी भोळी आई!

मावशीचे हे पत्र अगदी जपून ठेवले आहे तिने!

लगेच मला आठवले- बहिणीचे बहिणीवर प्रेम नसते, हा माझा सिद्धान्त खोडून टाकण्याकरिता आई ही चंदनाची पेटी घेऊन आली. तेव्हा—

मी लगबगीने सुधामावशीचे पत्र वाचू लागलो—

'ती. आक्काला सुधेचा शिरसाष्टांग नमस्कार.

आक्का, बाहेर मध्यरात्रीचा काळोख पसरला आहे. माझ्या मनातही तसाच काळोख दाटला आहे. बाहेरच्या काळोखाला उजाळा देण्याकरिता लाखो चांदण्या चमकत आहेत. पण माझ्या मनातला काळोख निवळायला कालपर्यंत तिथे एकसुद्धा चांदणी दिसत नव्हती. पण आज— आता मात्र चिमुकली चंद्रकोर—

आज भाऊबीज आहे, नाही?

हे वाचून सुधेला वेड तर लागले नाही ना, असे तुझ्या मनात येईल. तुला सारे सारे सांगावेसे वाटते— अगदी मनातल्या साऱ्या गोष्टी ओकून टाकाव्याशा वाटतात. पण—

सुग्रास अन्नात माशी गेली, तर ते सारे अन्न भडाभड ओकून पडते; पण माणसाच्या मनात जी पापे शिरतात, ती मात्र... ती आतल्या आत

डाचतात, पण काही केल्या बाहेर मात्र पडत नाहीत!

तुझ्या पतिराजांचे माझ्यावरले प्रेम आणि माझे त्यांच्यावरचे प्रेम— मी त्यांना मुळीच उत्तेजन दिले नाही, असे कसे म्हणू? दोन अवखळ मुलांनी एकमेकांच्या धीरावर किर्रर जंगलात जावे, तसे झाले आमचे. आमचेच काय, साऱ्या माणसांचे असेच होत असेल!

ज्यांना आपण पापी म्हणतो, तीही माणसेच असतात! स्वत:चे समर्थन करण्याकरिता मी हे सांगत नाही, आक्का! हवेवाचून ज्योत जळत नाही ना? दुसऱ्याच्या धीरावाचून पापाची ज्वालाही कधी भडकत नाही.

आक्का, आई मला आठवतच नाही. तूच माझी आई. तुझ्या नि माझ्या वयात सात-आठ वर्षांचेच अंतर आहे. पण अजून मला वाटते— तुझ्या कुशीत तोंड लपवून खूपखूप रडावे, तू मला पोटाशी धरून माझ्या केसांवरून हात फिरवावास, माझे तोंड वर उचलून माझे डोळे पुसावेस आणि लहानपणी मी काहीतरी हट्ट धरला, की जशी प्रेमाने 'वेडी कुठली!' असे उद्‌गार काढीत होतीस, तसे काहीतरी लाडकेपणाचे बोलणे तुझ्या तोंडातून बाहेर पडावे!

पण...

तुला माझा तिटकारा आला असेल, माझे तोंड पाहू नये, असे वाटत असेल. दुर्दैवाने अक्षता पडल्यापासून महिन्याच्या आतच माझे कुंकू नाहीसे झाले, पण तू मला धीर दिलास. शिकून, हवा तर पुनर्विवाह कर, हवी तर समाजसेवा कर, म्हणून सांगितलेस. मी विधवा आहे, याची मला क्षणभरही जाणीव होऊ नये, अशी काळजी घेतलीस. पण...

आक्का, गेली दोन वर्षे तू एकसारखी आजारी पडली नसतीस, अशक्त आणि चिरचिरी झाली नसतीस, तर—

लहानपणी बुद्धिबळाचा डाव पाहण्यात मला मोठी गंमत वाटे. त्यात राजाला शह देऊन अडवितात ना? नशीबही माणसाला असाच शह देऊन त्याचा कोंडमारा करते.

तू सदान्‌कदा आपल्या आजाराच्या काळजीत, पण त्याचमुळे आम्हा मेव्हणामेव्हणीचा सहवास अधिक अधिक होऊ लागला. गावात गंधर्व नाटक मंडळी आली. तुला जाग्रण सहन होत नाही, म्हणून तू नाटकाला यायचे नाकारलेस. आम्ही दोघेच गेलो. 'मानापमान' नाटक होते त्या दिवशी. त्यातली वनमाला धैर्यधराचे चढाव पुसू लागते, तो प्रसंग— त्या प्रसंगाने माझे मन फुलून गेले. आपल्याला हा गोड अनुभव कधीच

येणार नाही, म्हणून ते बेचैन झाले.

नाटकाहून परत येताना त्यांनी माझा हात हातात घेतला. मी तो तिथे राहू दिला.

आक्का, रागावू नकोस. माणूस फार लवकर शरीराचा गुलाम होतो. पण सुखाची ओढ- फरपटत धडपडत पापाच्या गर्तेत जाऊन पडण्याची ही ओढ आहे, हे मला कळत नव्हते, असे नाही.

पण...

गेले सहा महिने आमचे रहस्य वाढत गेले. त्यांनी मुद्दाम माझा एक फोटो काढवून आपल्या टेबलावर ठेवला. तू तो तिथून उचलून नेलास. ते मला म्हणाले,

'माझ्या टेबलावरला तुझा फोटो तिनं फेकून दिला, तरी माझ्या मनातली तुझी मूर्ती काही—'

आक्का, क्षमा करा मला! ते असले काही बोलू लागले की, मला आनंद होत होता. अगदी मघापर्यंत... आज संध्याकाळपर्यंत मला आनंद होत होता.

संध्याकाळी ते नि मी फिरायला गेलो. त्यांनी माझ्यापाशी लग्नाचे वचन मागितले. मी ते दिले. बहिणीची सवत व्हायचे मी कबूल केले. मी तुझ्या सुखाची चोरी करीत आहे, हे मला कळत होते. पण...

एक जुनी गोष्ट आहे, बघ. फार मोठा दुष्काळ पडला होता. विश्वामित्र ऋषीला कितीतरी दिवसांत काही खायला मिळाले नाही. शेवटी तो चोरून एका चांभाराच्या झोपडीत शिरला. त्याच्या हाताला एका मेलेल्या कुत्र्याची तंगडी लागली, तीच चोखायला त्याने सुरुवात केली.

प्रेमाच्या बाबतीतही माझी हीच स्थिती झाली.

रात्र पडल्यावर आम्ही घरी परतलो. आभाळात बीजेची कोर मोठी सुंदर दिसत होती. जणूकाही मोत्यांनी फुलविलेले गवताचे पातेच. त्या चंद्रकोरीकडे पाहता पाहता मला भाऊबिजेची आठवण झाली. रस्त्याच्या बाजूच्या प्रत्येक घरात भाऊबिजेची धांदल चालली होती. माझ्या डोळ्यांपुढे एक सुंदर चित्र उभे राहिले. ती रांगोळी— ती तबकातली निरांजने—ती ओवाळणी— आपल्याला भाऊ असता, तर किती किती बरे झाले असते, असे सारखे वाटू लागले.

रस्त्यावर मुले फुलबाजे उडवत होती. त्यातून चमकत चमकत उडणाऱ्या फुलांप्रमाणे माझ्या मनातही कल्पना उसळत होत्या.

मला वाटते— मी आक्काची बहीण झाले, ती भाऊ झाले असते,

तर आज मी आक्काच्या घरी तर तिच्याकडून ओवाळून घ्यायला आणि तिला ओवाळणी घालायला—

माझ्या आक्काला काय बरे ओवाळणी आवडली असती?

ती म्हणाली असती,

'मला दुसरं काही नकोय! एक कवटाळीण माझ्या नवऱ्याला भुलवून... ते मला परत मिळतील, असे कर. एवढी ओवाळणी घाल मला!'

ती कवटाळीण-!

मीच ती कवटाळीण होते. मग—

माझ्या आक्काने मागितलेली ओवाळणी मी तिला घालायला नको का?

आक्का, तुला न सांगता, तुझा निरोप न घेता, मी निघून जात आहे, म्हणून रागावू नकोस. मी कितीही दूर गेले, तरी तुझी बहीणच आहे. तुला सुख व्हावे म्हणून—

मी तुझ्या घरी पुन्हा परत येणार नाही. शेवाळ्याचा रंग किती सुंदर दिसतो! पण ते इतके निसरडे असते, की... मोहही तसाच आहे.

माझे सुख... ज्यांचा हार होतो, ती फुले सुखी असतात आणि जी देवाला वाहिली जातात, ती दुःखी असतात; असे थोडेच आहे?

खूप खूप लिहावेसे वाटतेय. पण...

तो मोह नकोच.

तुझी बहीण
सुधा'

पत्र संपवून मी समोर पाहिले. त्रिवेणीसंगमाच्या त्या चित्राकडे माझी दृष्टी गेली. ते नाव मला अगदी सार्थ वाटले. जगातल्या सर्व उच्च नि उदात्त गोष्टी सरस्वतीप्रमाणे गुप्त असतात, असेच माझ्या पुढ्यातली ती चंदनाची पेटी सांगत होती.

स्वप्न आणि जीवन

नित्यनियमाप्रमाणे चहा, दाढी, अंघोळ, दुसरा चहा, इत्यादी प्रात:कर्मे उरकून आज शाळेत काय काय शिकवायचे आहे, हे पाहण्याकरिता मी पुस्तके चाळू लागलो.

इंग्लिशच्या तासाला एक लघुनिबंध शिकवायचा होता! मी त्याच्यावरून दृष्टी फिरवली. त्यातले एक वाक्य मोठे गमतीचे वाटले मला—

'We may be kings or queens, princes, potentates or pioneers, but daily life, when all is said and done, is for the most part just getting up in the morning, eating-drinking, making merry with our friends, working and going to bed at night hoping for at least six hours' sleep.'

माझ्या मनात आले, हा निबंधकार म्हणतो, ते एका दृष्टीने किती खरे आहे! राजा झाला, तरी त्याला सकाळी अंथरुणातून उठावेच लागते, दाढी करावीच लागते, चहा घ्यावाच लागतो. हो, दिवाणाच्या तोंडात चहा ओतून काही राजाची चहाची तलफ भागत नाही! आणि माझ्यासारखे पाच तास खुर्चीत बसून टेबलावर छडी आपटण्याचे काम त्याला करावे लागत नसले, तरी राजवस्त्रे अंगावर घालून दरबारात दगडी पुतळ्याप्रमाणे बसण्याची व सार्वजनिक समारंभांना हजर राहण्याची जबाबदारी त्याच्यावर असतेच की नाही?

म्हणजे सुख काही श्रीमंतीवर अथवा सत्तेवर अवलंबून नाही. वळवाच्या पावसातून केव्हातरी गारा पडतात, तशी काही आयुष्यातली सुखे नसतात! सुखे ही दवबिंदूंप्रमाणे असतात. उन्हाळ्यातसुद्धा पहाटे झाडांच्या पानांवर दव पडलेले दिसते ना? दारिद्र्यातदेखील सुख तसेच हसत असते! ते पाहण्याची दृष्टी मात्र माणसाला हवी! उदाहरणार्थ—

उदाहरण शोधायला दूर कशाला जायला हवे? आपला अनंत!

मी मोठ्या अभिमानाने अनंताच्या आयुष्याशी माझ्या जीवनाची तुलना करू लागलो. बी.ए. पास होताच मिळेल ती नोकरी पत्करायची, असे मी ठरविले. पन्नास

रुपयांवर मास्तर होऊन सहा वर्षे झाली मला! खेड्यात आईला दहा रुपये पाठवितो आणि चाळीस रुपयांत राजा, राणी, राजकन्या नि राजपुत्र इतकी मंडळी आमच्या घरात मोठ्या मजेत राहतात.

अनंत माझ्यापेक्षा कितीतरी हुशार! तो बी.ए.ला पहिल्या वर्गात आला. एम.ए.लादेखील त्याचा पहिला वर्ग फार थोड्या मार्कांनी चुकला. एम.ए.च्या एका परीक्षकाची इंदू-बिंदूवर ताण करणारी एक मुलगी आपल्याला सांगून आली होती, पण कुसुम महाजनीवर आपले प्रेम असल्यामुळे आपण त्या गृहस्थांना नकार दिला आणि त्याचा सूड त्यांनी पेपर तपासताना घेतला, अशी याबाबतीत अनंताची कैफियत होती.

ती खरीही असेल कदाचित, पण एम.ए. होऊन चार वर्षे झाली, तरी प्रोफेसरची जागा मिळत नाही, म्हणून तो हात जोडून बसला आहे आणि खेड्यात करमत नाही, म्हणून येथे शहरात राहून वाचनालयातच अनंत पुस्तकांवरली धूळ झाडल्याचे श्रेय घेत आहे, हे काही खोटे नाही.

अजून बिचाऱ्याला बापाकडून पैसे मागवावे लागतात. गृहस्थ त्या कुसुमला दर दिवसाआड पत्र लिहितो! साधे कार्ड नाही, अगदी पाकीट! आणि तेही खूप जाडजूड! इकडे पोराचा प्रेमाचा खेळ होतो, पण तिकडे पैसे पाठविताना बापाचा जीव जातो!

पाच वर्षांपूर्वी कुणी या कुसुमविषयी माझे मत विचारले असते, तर मी उत्तरादाखल त्याला प्रश्न केला असता :

''हापूसचा आंबा किंवा काबुली द्राक्षं यांच्याविषयी कुणी कुणाचं मत विचारतो का?''

माझ्या वाट्याला साधा आंबा म्हणा अथवा नाशिकची द्राक्षे म्हणा, काहीतरी आले खरे!

पण या काहीतरीच्या सहवासात माझी गेली पाच वर्षे किती आनंदात गेली होती! दुष्यंत, चारुदत्त, रोमिओ इत्यादी नायकांशी माझे कोणत्याच बाबतीत साम्य नाही आणि माझी बायको शकुंतला, वसंतसेना, ज्यूलिएट इत्यादी रूपसुंदरींची दासी तरी शोभली असती की नाही, याची शंकाच आहे! पण असे असूनही गेल्या पाच वर्षांत मी अगदी प्रेमसागरात पोहत होतो.

प्रेमाचे उत्कट क्षण नि मधुर प्रसंग काही राजेरजवाड्यांच्या आयुष्यात आणि सुंदर उद्यानांतच अनुभवाला येतात, असे नाही. शाळामास्तरांच्या आयुष्यात आणि अडगळीच्या खोलीतसुद्धा त्यांची माधुरी चाखायला मिळते!

मी सवाई दुष्यंत झालो, तो प्रसंग! अडगळीच्या खोलीत काहीतरी आणायला

माझी बायको गेली होती. घडवंचीवर उभी राहून ती एक खूप जड डबा खाली काढीत होती. त्या डब्यावर चांगला मोठा काळा विंचू होता. डबा हातात घेताच विंचू आपल्या अंगावर उडी मारणार, म्हणून घाबरून ती किंचाळली. मी शाळेतून येऊन दारात पाऊल टाकीत होतो. तसाच धावत गेलो आणि वर उडी मारून डोक्यावरच्या टोपीत तो काळा विंचू पकडला!

एकदा आम्ही दोघे लांब फिरायला गेलो होतो. घरातून बाहेर पडताना पावसाचे मुळीच चिन्ह दिसत नव्हते, म्हणून मी काही छत्री घेतली नव्हती. एकाएकी आभाळ भरून येऊन धो धो पाऊस पडू लागला. माझ्या बायकोपाशी छोटी छत्री होती, पण तिच्यात आम्ही दोघे मावणे शक्य नव्हते.

''तू उगीच भिजू नकोस!'' म्हणून मी तिला परोपरीने सांगितले. पण हातात मिटलेली छत्री घेऊन ती खुशाल हसत माझ्याबरोबर घरी आली.

अंगावरले पातळ सोडता सोडता ती म्हणाली होती,

''संसारातसुद्धा मृच्छकटिक नाटक असतं हं!''

—आणि गतवर्षी मी टायफॉइडने आजारी होतो, तेव्हाचा तो प्रसंग—

माझा स्वभाव आधीच भित्रा! त्यात तिचे महिने भरत आलेले. तू होता होईल तो माझ्याजवळ येऊ नकोस, म्हणून मी तिला बजावून सांगितले होते. पण एके दिवशी मध्यरात्री मी गुंगीतून जागा झालो, तो माझ्या ओठांवर काहीतरी हुळहुळत आहे, असे वाटून! मी कसेबसे डोळे उघडले. पाहिले, तो माझ्या पत्नीचे ओठ होते ते! ती केव्हा जवळ येऊन बसली होती, कुणास ठाऊक! मला घाम यायला लागलेला दिसताच तिचा आनंद गगनात मावेना! त्या आनंदाच्या भरात तिने...

असा प्रसंग कुठल्याही महाकवीच्या नाटकातसुद्धा नसेल!

—आणि पत्नीप्रेम हीच काही संसाराची सारी शोभा नाही. बागेत फळझाडांप्रमाणे फुलवेलीही असाव्याच लागतात. संसारातल्या फुलवेली म्हणजे मुले. तान्हे बाळ कुशीला वळायची धडपड करो, नुसता हुंकार देऊन माणसाशी बोलू लागो, पाळण्यात पाय नाचवून वर लावलेल्या चिमण्या हलवीत त्यांच्याशी खेळो— त्याच्या प्रत्येक कृतीत किती आनंद भरलेला असतो! माझी मुलगी तर आता चांगली बोलू लागली होती, मुलगा उभा राहू लागला होता! तेव्हा—

हातातल्या पुस्तकातल्या त्या मघाच्या ओळी मी पुन्हा वाचल्या. मला वाटले— माझ्याबरोबरीच्या या अनंताने आयुष्यातले कितीतरी सुखाचे क्षण गमावले. कुसुमला बडोद्यात मास्तरीण होऊन तीन वर्षे झाली असतील, तरी हा काही लग्नाची भाषा काढीत नाही. दरवर्षी नाताळात तिला भेटायला जातो आणि कुठेही प्रोफेसर होताच लग्न करायचे, म्हणून सांगून परत येतो!

स्वारी सध्या याच वार्षिक मोहिमेवर गेली आहे! काय दिवे लावून परत येते,

ते पाहावे.

आज सात जानेवारी!

अजून अनंत बडोद्याहून परत आला नाही.

आपले लग्न झाले, ही बातमी एकदम सांगून मला चकित करायचा तर बेत नाही ना त्याचा?

हा विचार मनात आला त्याच क्षणी अनंत माझ्या खोलीत शिरला.

मी चकित झालो.

पण माझ्या आश्चर्याचे कारण त्याच्या लग्नाची बातमी नव्हती; त्याची दुःखी मुद्रा होती.

माझ्या हातात एक वर्तमानपत्र आणि आरामखुर्चीत आपले अंग त्याने एकदमच टाकले!

त्या वर्तमानपत्रात अशी काय भयंकर बातमी असावी, हे माझ्या लक्षात येईना. लढाई सुरू होऊन साखर महाग होणार, म्हणून तर हा चहाबाज अनंत हताश झाला नाही ना? की कुसुम—

हो, हल्ली एकदम हृदयक्रिया बंद पडल्याच्या बातम्या फार प्रसिद्ध होत असतात. ब्रह्मदेवाच्या कारखान्यात हृदय तयार करण्याच्या बाबतीत अलीकडे फार हयगय होत असावी, असे परवाच एका विनोदी लेखकाने लिहिले नव्हते का? तेव्हा—

मी वर्तमानपत्र उघडले.

एका लहानशा बातमीभोवती निळ्या पेन्सिलीने वेडेवाकडे वर्तुळ काढले होते.

मी उत्सुकतेने वाचू लागलो—

शिक्षिकेचे सिनेमा नटाशी लग्न

‘बडोदे, ता. ५- येथील लोकप्रिय शिक्षिका कु. कुसुम महाजनी यांचा एका सुप्रसिद्ध सिनेमा नटाशी लवकरच विवाह होणार आहे, असे कळते.’

त्या बातमीदाराचा असा राग आला मला! हा सुप्रसिद्ध सिनेमा नट कोण, हे तरी लिहायचे की नाही बेट्याने?

‘या बातमीतला सिनेमा नट तूच आहेस वाटतं?’ अशी अनंताची थट्टा करण्याचा मला मोह झाला, पण वर्तमानपत्रावरली दृष्टी मी त्याच्याकडे वळविली मात्र— थट्टेची जागा दयेने घेतली.

परीक्षेच्या निकालाच्या दिवशी हटकून नापास होणाऱ्या मुलांच्या चेहऱ्यांवर

एक प्रकारची अवकळा येते ना? तीच आता त्याच्या मुद्रेवर दिसत होती.

"केव्हा आलास तू?" मी विचारले.

"आताच मेलनं! चार दिवस मुंबईला होतो मध्ये! पहाटे मिरजेला सहज वर्तमानपत्र विकत घेतलं नि उघडून पाहतो, तो..."

एखाद्या लहान अनाथ मुलाप्रमाणे त्याची मुद्रा केविलवाणी दिसत होती.

त्याला धीर देण्याच्या हेतूने मी म्हटले,

"अरे, बातमीदार काय वाटेल ते छापतात! कुणीतरी कुसुम महाजनचं लग्न ठरलं असेल, नि बातमीदारानं महाजनी म्हणून दडपून दिलं असेल. खिळे जुळविणारा चुका करतो, म्हणून त्याला राक्षस म्हणतात! पण बातमीदार हे ब्रह्मराक्षस असतात बाबा!"

तो हसला. पण ते हसणे विझून जात चाललेल्या निखाऱ्याची एखादी ठिणगी चमकावी, तसे होते.

"तू बडोद्याला गेला होतास ना?"

"हो!"

"मग तिथे काही कानांवर आलं नाही तुझ्या?"

"काही नाही!"

"कुसुम स्वत: तुला चहा देत असे की, नोकराकडून देववीत असे?"

"ती स्वत: चहा करी, तो स्वत:च मला देई, साखर हवी का, म्हणून विचारी—"

"मग प्रश्नच नाही!"

माझे हे शब्द ऐकूनही अनंत प्रश्नार्थक दृष्टीने माझ्याकडे पाहू लागला.

मी म्हटले,

"मग शंकाच नाही! ही बातमी खोटी असली पाहिजे!"

"छे, रे!" त्याच्या स्वरातले कारुण्य त्याचा मनस्ताप दर्शवीत होते.

आता मी त्याच्याकडे प्रश्नार्थक दृष्टीने पाहिले.

त्याने बडोद्यातल्या आपल्या मुक्कामाच्या शेवटच्या दिवशी काय झाले, ते मला सांगायला सुरुवात केली.

कुसुमचे नि त्यांचे खूप भांडण झाले त्या दिवशी. तिचे म्हणणे, आकाशातल्या चंद्रापेक्षा हातातला विजेचा दिवा फार बरा! आता प्रोफेसर होण्याची आशा न बाळगता अनंताने मुकाट्याने मास्तर व्हावे. नवरा मास्तर नि बायको मास्तरीण! तेव्हा संसार सुखाने चालायला काही हरकत येणार नाही.

अनंताला तिची सूचना अगदी अपमानकारक वाटली. आज चार वर्षे तो रिकामा राहिला होता, तो काही मास्तर होण्यासाठी नाही. आपल्या महत्त्वाकांक्षेचे

कुसुमला काहीच कौतुक वाटू नये, उलट चांदोबाचा हट्ट धरणाऱ्या लहान पोराप्रमाणे आपण वागत आहो, असे तिने पर्यायाने सुचवावे, याचेही त्याला फार वैषम्य वाटले.

दोघांची उत्तरेप्रत्युत्तरे सुरू असतानाच, एक देखणा तरुण मनुष्य आत आला. एका सिनेमा कंपनीतील प्रसिद्ध नट म्हणून कुसुमने त्याची अनंताशी ओळखही करून दिली.

पण ती दोघे अनंतासमोर बोलत बसली नाहीत. आतल्या खोलीत जाऊन कितीतरी वेळ ती कुजबुजत होती. अनंताला ते अगदी असह्य झाले. खोलीतून त्या नटाबरोबर कुसुम बाहेर आली आणि अनंताला म्हणाली,

"मी जरा यांच्याबरोबर जाऊन येते हं!"

बिचारा अनंत एकटाच जेवला. कुसुम त्या नटाबरोबर कुठेतरी दूर मोटारीतून फिरायला गेली असेल, चांदण्यात ती दोघे गप्पा मारीत बसली असतील आणि आपण मात्र...

त्याच्या अंगाची अशी एकसारखी आग होत होती! गाडीची वेळ झाली, तरी कुसुम परत आली नाही. तो अगदी संतापून गेला.

स्टेशनवर गाडी सुटायच्या वेळी कुसुम आली. तिच्याबरोबर तो नट होताच! एका शब्दानेही तिने अनंताची क्षमा मागितली नाही. उलट, त्या नटाकडे पाहून ती पुन:पुन्हा हसत मात्र होती. गाडी सुटता सुटता त्या नटाचे जे शब्द अनंताने ऐकले होते, तेसुद्धा किती विचित्र होते :

"आज आमच्याच घरी झोपायचं हं!"

यामुळे मुंबईला आल्यापासून अनंताने रागाने कुसुमला एकसुद्धा पत्र पाठविले नव्हते! आणि आजच्या वर्तमानपत्रात तर ही बातमी छापून आली होती!

अनंताच्या तोंडून हा सारा इतिहास ऐकताच मी मनात म्हटले, ही बातमी खरी असावी. वेड्या चातकालासुद्धा पांढरा ढग आणि काळा ढग यांच्यातले अंतर समजते. मग कुसुमसारख्या हुशार तरुणीला— कुसुम काही परमार्थाकरिता लग्न करणार नव्हती. चार वर्षे तिने अनंताला संधी दिली. पण प्रेमसुद्धा रबरासारखे असते. फार ताणले की ते तुटते, हे या पुस्तकी पंडिताला पूर्वीच कळायला नको होते का?

पाच वाजता शाळा सुटल्यावर मला अनंताची आठवण झाली. बिचाऱ्याने दुपार कशी घालवली असेल, कुणाला ठाऊक! त्याच्या खोलीत पाऊल टाकताच उद्योगासारखे दु:खावर रामबाण औषध नाही, याची मला खात्री पटली. दिवसभर अनंत आपले दु:ख उगाळीत बसला होता, हे त्याच्या खोलीतल्या

अव्यवस्थितपणावरूनच उघड होत होते.

तो खुर्चीवर बसला होता. त्याच्यासमोर टेबलावर कुसुमचा एक फोटो होता. फोटोजवळच पुष्कळशी विसकटलेली पत्रे पडलेली होती. मी गेलो, तेव्हा तो त्यातले एक पत्र वाचीत होता. मधेच त्याने निळ्या पेन्सिलीने त्या पत्रातल्या एका वाक्यावर खूण केली.

माझी चाहूल लागताच त्याने मागे वळून पाहिले. लगेच खुर्चीवरून ताडकन उठून हातातले पत्र मला दाखवीत तो म्हणाला,

''स्त्रीजात तेवढी निमकहराम, हेच खरं! शेक्सपिअर काही मूर्ख नव्हता!''

बिचारा शेक्सपिअर! या हॅम्लेटनेच समंधाचा अवतार धारण केलेला पाहून, त्याला काय वाटले असते, कुणाला ठाऊक! या त्रस्त समंधाला शांत करण्याकरिता मी त्याने खूण केलेला मजकूर वाचू लागलो—

''आपण दोघं अगदी गरिबीतसुद्धा सुखानं राहू हं! अनंता, मोगरीची वेल संगमरवरी स्तंभावर सोडली तरच फुलते, असं नाही काही! एखाद्या साध्यासुध्या मेढीवरही ती आनंदानं चढते आणि डौलानं फुलते!''

मी चकित झालो. हे काव्य लिहिणारी मुलगी आपल्या प्रियकराची वंचना करील?

पण माझ्यापुढे मधली चार वर्षे उभी राहिली. प्रीती हीसुद्धा एक प्रकारची भूक आहे. भुकेलेला मनुष्य पहिल्यांदा आपल्या आवडीचे पक्वान्न मिळविण्याचा प्रयत्न करतो; पण ते मिळेनासे झाले, म्हणून काय तो गप्प बसेल? कुसुमच्या मनातही असाच काहीतरी बदल झाला असावा!

अनंताने तावातावाने टेबलावरली दोन-तीन पत्रे घेऊन ती माझ्यापुढे धरली. प्रत्येक पत्रातल्या एक-दोन वाक्यांवर त्याने खुणा केल्या होत्या.

'अनंत! कुणी रे तुला हे नाव ठेवलं? तुझ्या स्वभावाचा काही केल्या अंतच लागत नाही मला! अगदी समुद्रासारखा आहेस तू! पण अनंता, तुझी कुसुम भित्री आहे रे! समुद्रात बुडून तिथले मोती काढायचा धीर तिला नाही. मग मोत्यांनीच आपणहून वर यायला नको का?'

'दगड आणि फुलं यांचा काय ऋणानुबंध आहे, कुणाला ठाऊक! पण दगडांच्या मूर्ती होतात आणि लोक त्यांना फुलं वाहतात. पुरुष कठोर असतात, हे ठाऊक असूनही त्यांच्यावर प्रेम केल्याशिवाय बायकांना राहवत नाही, याचं कारणसुद्धा हेच असावं, नाही का?'

हे उतारे वाचता वाचता मला वाटले, कुसुमचे अंत:करण कवीचे आहे. इतक्या हळव्या मनाची ही मुलगी आपले चार वर्षांचे प्रेम सुखासुखी विसरून जाईल?

छे! असले प्रेम म्हणजे काही कुठल्या तरी दैनिकाचा अंक नव्हे! ते प्रतिभासंपन्न कवीने निर्माण केलेले भावगीत असते.

टेबलावरच्या सर्व पत्रांची अनंताने प्रचंड रास केलेली पाहून मी विचारले,

"काय रे करतोस?"

"लंकादहन!"

"पण मारुतिराय! कुसुम आपल्याशी लग्न करणार नाही, अशी खात्री तरी करून घ्या आधी!"

आशा वाटत असल्यामुळे नव्हे, तर कुसुमसमोर सर्व प्रेमपत्रे जाळून टाकण्याचा नाटकी मोह न आवरल्यामुळे अनंत बडोद्याला जायला कबूल झाला. अर्थात मला त्याच्याबरोबर जाणे प्राप्तच होते.

आगगाडीत अनंत एकसारखा विचार करीत होता. मी थट्टेने विचारले,

"कसली रे तयारी चालविली आहेस?"

"व्याख्यानाची!"

"म्हणजे?"

"कुसुमला असं झणझणीत व्याख्यान ऐकवणार आहे की, तिला त्याची जन्मभर आठवणच राहावी!"

पण या व्याख्यानातला एक शब्दही अनंताच्या तोंडून बडोद्याला बाहेर पडला नाही.

त्याने वर्तमानपत्राचा अंक कुसुमला दाखवीत रागाने विचारले,

"ही बातमी खरी आहे का?"

ती हसत म्हणाली,

"हो."

"कुठं आहे तो सिनेमा नट?"

अनंताच्या आवाजावरून रानटी काळातला त्याचा एखादा पूर्वज त्याच्या अंगात संचारला असावा, असे वाटले.

मी थोडासा बावरलो, पण कुसुम अनंताचा हात धरून शांतपणाने म्हणाली,

"इथेच आहेत ते! इकडे या, तुमची नि त्यांची गाठ घालून देते."

अनंताचा हात धरून कुसुम जवळच्याच खोलीकडे वळली, तेव्हा मीही त्यांच्या मागोमाग गेलो. या वेळी माझ्या मनातले कुतूहल अधिक प्रबल झाले होते की, अनंताची त्या सिनेमा नटाशी मारामारी होऊ नये, ही इच्छा अधिक प्रभावी झाली होती, हे माझे मलाही सांगता आले नसते!

कुसुमने हळूच खोलीचा दरवाजा उघडला. समोरच एक भव्य आरसा होता.

त्यातल्या अनंताच्या प्रतिबिंबाकडे बोट दाखवीत ती म्हणाली,

"हेच ते सिनेमा नट!"

"मी?" अनंताच्या आवाजावरून त्याच्या कंठात जगातल्या सर्व आश्चर्यांचे संमेलन झाले असल्याचा भास होत होता!

"अनंत सिनेमात कधी गेला?" मी विचारले.

हसत हसत कुसुम उद्गारली,

"काही केल्या हे मास्तर होईनात! हे प्रोफेसर होईपर्यंत लग्नाची वाट बघावी, तर तोपर्यंत मी म्हातारी होणार. तेव्हा प्रोफेसरापेक्षाही अधिक पगाराची जागा कुठली, म्हणून मी विचार करू लागले. इतक्यात..."

कुणाची तरी पावले वाजली, म्हणून मी वळून पाहिले. एक सुंदर, देखणा तरुण आत येत होता.

कुसुम हसून त्याला म्हणाली,

"अनंतराव आले आहेत!"

"वा! अगदी आठवड्याचा विरहसुद्धा दुःसह व्हायला लागला वाटतं?" तो हसत उद्गारला.

"ते तुमच्याशी भांडायला आले आहेत!"

"ते माझ्याशी? का बुवा?"

"तुम्ही म्हणे, त्यांची बायको पळवून नेत होता!" मी मध्येच म्हटले!

आम्ही तिघेही हसू लागताच अनंतालाही हसू आवरणे अशक्य झाले.

दुपारी जेवायला बसल्यावर कुसुमने साऱ्या गोष्टींचा हसतखेळत उलगडा केला. अनंत बडोद्याहून गेला, त्या दिवशी दिवसभर ती त्या सिनेमा नटाच्या घरी होती आणि स्टेशनवर अनंताला निरोप देऊन परत झोपायलाही ती त्याच्याच घरी गेली होती. पण त्याचे कारण त्या नटाची बहीण तिची विद्यार्थिनी होती. त्या दिवशी त्या मुलीला खूप ताप आला होता. ती एकसारखी कुसुमची आठवण करीत होती. कुसुम तिच्याजवळ जाऊन बसल्यावर तिला बरे वाटू लागले. अधूनमधून होणारा भ्रम नाहीसा झाला. ती सारी रात्र कुसुमने तिच्या उशाशी जागून काढली. दुसरे दिवशी त्या मुलीचा ताप निघालासुद्धा.

त्या दिवशी स्टेशनावर अनंत रागावलेला दिसत होता. घरी आल्यावर कुसुमचे त्या नटाशी अनंताविषयी बोलणे झाले. अनंताने आता लग्न लांबणीवर टाकू नये, अशी कुसुमची फार इच्छा होती, पण त्याला हवी असलेली जागा काही वाटेवर पडली नव्हती!

कुसुम आपल्या हातांतून जात आहे, असे वाटले, तरच जीवनाकडे पाठ

करून स्वप्नात रममाण होणारा अनंत जागा होईल, असे त्या दोघांच्या बोलण्यातून निघाले. वर्तमानपत्रांना ती बातमी खुद्द कुसुमने दिली होती.

मी मधेच म्हटले,

"आज आम्ही आलो नसतो, तर ही गोष्ट भलत्याच थराला गेली असती!"

"छे! तुम्ही आला नसता, तरी मी सिनेमा नटाशी लग्न करणार होते."

अनंत तिच्याकडे आश्चर्याने पाहू लागला.

ती हसत हसत त्याला म्हणाली,

"म्हणजे तुमच्याशीच."

"ते कसं काय बुवा?" मी पृच्छा केली.

"हे मास्तर झाले नाहीत, तर संसाराला हवे तेवढे पैसे मिळविण्याकरिता मी सिनेमा नटी व्हायचं ठरवलं होतं. मी नटी झाले असते, म्हणजे हे आपोआपच नट होणार होते! डॉक्टराची बायको नाही का डॉक्टरीण होत? तसं!"

जेवल्यावर कुसुमने दिलेला विडा तोंडात टाकून मी मधल्या खोलीतल्या आरशासमोर जाऊन सहज उभा राहिलो! किती लवकर माझ्या तोंडातला विडा रंगला!

मला वाटले, जीवनातले सुखसुद्धा असेच आहे! चार पाने, कणभर कात, चुन्याचे एक बोट, थोडी सुपारी आणि वेलदोड्याचे दोन दाणे यापेक्षा या विड्यात अधिक काय होते? पण तोंडात पडल्याबरोबर तो किती सुंदर रंगला! सुख स्वप्नात नाही, जीवनात आहे, हेच खरे!

पलीकडच्या खोलीतून अनंत आणि कुसुम यांच्या संमिश्र हास्याचा आवाज आला.

माझ्या विचारांचा प्रतिध्वनीच होता तो?

■

भग्नमूर्ती

पुष्पेचे ते पत्र एकदा, दोनदा, तीनदा वाचले, तरी दादाच्या मनाचे समाधान होईना. आपल्या अतृप्तीचे त्यांचे त्यांनाच आश्चर्य वाटले! क्षणभर ते स्वत:ला हसलेसुद्धा! त्यांच्या मनात आले— आपण हे पत्र वाचीत असताना आपल्याजवळ सध्याचा एखादा कादंबरीकार नाही, हे आपले भाग्य! नाहीतर त्याने एका शिक्षकाच्या आयुष्यात पन्नाशी उलटल्यावर उन्मत्त प्रणयाने कसा प्रवेश केला, या संबंधाची एक मोठी मनोविश्लेषणात्मक कादंबरीच रचली असती! त्या कलावंताला क्षणभरसुद्धा वाटले नसते की, दादा वाचीत असलेले पत्र त्यांच्या मुलीचे आहे! त्यांच्यासारख्या लेखकांना हे सुचणार तरी कुठून? त्यांच्या कोशात प्रेम या शब्दाचा एकच अर्थ असतो— प्रेम म्हणजे स्त्री-पुरुषांमधले शारीरिक आकर्षण! आणि त्यांच्या सृष्टीत पुन:पुन्हा वाचण्यासारखी पत्रे एकाच प्रकारची असतात— प्रेमपत्रे!

आधुनिक मराठी लेखकांविषयी दादांचे फारसे चांगले मत कधीच नव्हते. ते नेहमी म्हणत : हे अलीकडचे लेखक भ्रमिष्ट आहेत. आयुष्यातली कुठली तरी एकच गोष्ट घेऊन ते तिच्याशी चाळा करीत बसतात. कुणी प्रेमाच्या फुलबाज्या लावतो, तर कुणी राजकारणाचे डांबरी तोटे उडवितो; पण सामान्य मनुष्याच्या आयुष्यात असल्या अनेक गोष्टींची प्रतिबिंबे अस्पष्टपणाने मिसळलेली असतात, याची त्यांना कल्पनाच येत नाही! आयुष्य हे ऊन, पाऊस, चांदणे यांच्यासारखे एकरंगी नाही. आयुष्य हे इंद्रधनुष्य आहे! एका साध्या गावात, एका लहान घरकुलात जन्म काढणाऱ्या आपल्यासारख्या मास्तरालासुद्धा हे पटते, पण कल्पनेच्या विमानात बसून आकाशात भराऱ्या मारणाऱ्या या कलावंतांना मात्र...

पुष्पेचे पत्र चौथ्यांदा वाचायला सुरुवात करण्यापूर्वी विचारांचा थोडा पालट हवा होता म्हणूनच की काय, दादांचे मन एवढी भ्रमंती करून आले.

आता एकदाच पत्र वाचायचे, म्हणून त्यांनी त्याच्यावरून नजर फिरवायला सुरुवात केली. लगेच त्यांच्या मनात आले : आपण हे पत्र आता पुन्हा वाचायचे नाही, असा बेत करीत आहो; पण तो आपल्या हातून पार पडेल का? पंकज मलिकच्या त्या गाण्यासारखीच या पत्राने आपली स्थिती केली आहे. शेजारच्या

हेडमास्तरांच्या घरी ते गाणे कितीही वेळा लावले आणि आपण ते कितीही वेळा ऐकले, तरी आपले समाधानच होत नाही! त्या गाण्यात संध्यारागाची अक्षय आकर्षकता आहे. पुष्पेच्या या पत्रातही—

ते अधीरपणाने पत्र वाचू लागले—

'ती. दादा यांस सप्रेम नमस्कार...'

दादा हसत मनात म्हणाले,

''काळ किती झपाट्याने पुढे जात आहे... आणि जाता जाता प्रत्येक गोष्टीचे स्वरूप तो किती कौशल्याने बदलून टाकीत आहे! कॉलेजमध्ये गेल्यावर 'ती. स्व. काकांच्या चरणी बालके दादाचा शिरसाष्टांग नमस्कार' असे लिहिणे आपल्याला फार विचित्र वाटू लागले. आपण त्यातल्या 'बालके'ला रजा दिली. पण 'ती. स्व. काका यांस सप्रेम नमस्कार' असे लिहिण्याची छाती मात्र काही केल्या आपल्याला झाली नाही. पुष्पा मात्र लीलेने ते लिहीत आहे आणि पुढच्या पिढीतला पुष्पेचा मुलगा तर तिला तीर्थरूप म्हणायलासुद्धा तयार होणार नाही!''

'पुष्पेचा मुलगा' या कल्पनेने दादांच्या मनाला किती नाजूक गुदगुल्या केल्या! पंचविशीत पुरुषाला जशी स्त्रीची ओढ लागते, तसे पन्नाशीत त्याला अपत्यवात्सल्याचे विलक्षण आकर्षण उत्पन्न होते का काय कुणाला ठाऊक! दादांची पत्नी एकुलत्या एक पुष्पेला मागे ठेवून अकाली परलोकी गेल्यामुळे त्यांचे वात्सल्य कदाचित अतृप्त राहिले असेल! कारण काहीही असले, तरी क्षणभर त्यांच्या डोळ्यांपुढे कुरळ्या केसांनी शोभणारे एका बालकाचे मुखमंडल चमकून गेले, हे काही खोटे नाही.

लगेच 'बाजारात तुरी नि भट भटणीला मारी' या म्हणीची आठवण होऊन दादांना स्वतःचे हसू आले. पुष्पेच्या पत्रातला मुख्य प्रश्न तिच्या लग्नाचाच होता. तिचे एका तरुणावर प्रेम बसले होते. तो तरुण श्रीमंत असता, तर दादांच्या डोळ्यांपुढे नातवंडाचे सुखस्वप्न उभेच राहिले नसते. आतापर्यंत दोन-तीन श्रीमंत तरुणांना पुष्पा आवडली होती. एकाने तर तिला प्रेमपत्रेसुद्धा पाठविली होती— पण प्रत्येक ठिकाणी लग्न हाच प्रीतीचा खरा निकष आहे, हे कटू सत्य त्यांच्या अनुभवाला आले होते. आगगाडीत वेळ जावा, म्हणून माणूस शेजाऱ्यांशी गप्पागोष्टी करतो. प्रसंगी त्याला फराळाचा आग्रह करतो आणि निरोप घेता घेता हसतमुखाने 'ओळख-देख ठेवा हं!' असे म्हणताना त्याच्या मुद्रेवर किती उत्कट भाव दिसतो! पण स्टेशनातून बाहेर गेल्यावर आगगाडीतल्या या मैत्रीची त्याला आठवणसुद्धा होत नाही. सध्याच्या तरुण-तरुणींच्या ओळखीचा शेवटही असाच होतो!

असे दोन-तीन चटके बसल्यावर पुष्पेचे मन कशात तरी गुंतवून ठेवले पाहिजे म्हणून दादांनी तिला मुंबईच्या एका शाळेत नोकरी मिळवून दिली होती आणि पुष्पा मास्तरीण होण्याकरिता मुंबईला मोठ्या शुभमुहूर्तावर गेली होती, असे तिच्या या

आजच्या पत्रावरून उघड होत होते.

दादांची दृष्टी अधीरपणे पत्रातल्या मधल्या मजकुराकडे वळली.

'... गेले चार दिवस मी तुम्हाला हे पत्र लिहीत आहे. लिहून लिहून किती कागद फाडले, याची गणतीच नाही! प्रेमपत्र लिहिण्यापेक्षासुद्धा वडील माणसांना आपल्या प्रेमाची हकिकत सांगणारे पत्र लिहिणे कठीण आहे, हे मला आज कळून चुकले. आई असती, तर... तर आज हे पत्र तुम्हाला लिहिण्याचा धीर मला झालाच नसता.

आई असती, तर—

मला आई आहेच की! मी तुम्हाला 'दादा' म्हणून हाक मारीत असले, सारे जग माझी आई लहानपणीच देवाघरी गेली असे म्हणत असले, तरी माझी आई जिवंत आहे, हे मला ठाऊक आहे. दादा, तुम्हीच माझी आई आहात.

मी इंग्रजी शाळेत गेल्यावर आपली धोंडू मोलकरीण, मी लहानपणी किती हट्ट करीत असे, याच्या पुष्कळ गोष्टी सांगे. तिच्याकडून वेणी घालून घ्यायला मी तयार झाले नाही की, तुम्ही हातात फणी घेऊन माझे केस विंचरीत होता! होय ना? आणि एकदा मी हट्ट धरून माझ्याबरोबर तुमच्याही कपाळाला कुंकू लावले. शाळेत जायच्या गडबडीत तुम्ही ते पुसायला विसरलात नि तुम्ही वर्गात पाऊल टाकल्याबरोबर सारी मुले खो-खो करून हसू लागली—

कित्ती कित्ती त्रास दिलाय मी तुम्हाला, दादा!— नाही?

आणि आजसुद्धा—

स्त्रीचे मन हे लाजाळूचे झाड आहे, असे कुणीतरी म्हटले आहे ना? ते किती खरे आहे!

पण—

आमच्या शाळेत काशिनाथ पटवर्धन म्हणून एक मास्तर आहेत असे मी तुम्हाला लिहिले होते ना? ते इतिहास फार फार चांगला शिकवितात. इंग्लंडचा इतिहास शिकवितानासुद्धा मुलींच्या मनांत ते देशभक्ती निर्माण करतात. ते डिबेटिंग सोसायटीत बोलायला लागले की, त्यांचे भाषण एकसारखे ऐकत राहावेसे वाटते. हे सारे सारे मी तुम्हाला लिहिले होते. पण एक गोष्ट मात्र लिहायला—

आज ती लिहितेच, काशिनाथाचे माझ्यावर प्रेम आहे आणि माझे—

हे वाचून तुम्ही मनात काय म्हणाल, याची मला पुरीपुरी कल्पना आहे. तुम्ही म्हणाल, 'अगदीच भोळी आहे आमची पुष्पा! काशिनाथाचे हिच्यावर प्रेम आहे, हिचे काशिनाथावर प्रेम आहे. मग मला एवढे लांबलचक पत्र पाठविण्यापेक्षा लग्नाला या म्हणून तार का करीत नाही ही पोरगी? 'मियाँ बिब्बी राजी, तो क्या करेगा काजी' हे या बावीस वर्षांच्या मास्तरीण असलेल्या मुलीला कळू नये?'

दादा, हे सारे मला कळतेय!

पण—

आमचे दोघांचे एकमेकांवर प्रेम असले, तरी—

काशिनाथाचा स्वभाव थोडासा विचित्र आहे. रात्री सिनेमाच्या दहाच्या शोला जाण्यात किती मौज असते! पण माझ्याबरोबर एकदाही तो आला नाही. डॉक्टर होण्यासाठी त्याने एक निबंध लिहिला आहे. तो त्याने युनिव्हर्सिटीकडे पाठवावा, म्हणून मी एकसारखी त्याच्या पाठीमागे लागले आहे. पण तो दरखेपेला काहीतरी तऱ्हेवाईक उत्तर देऊन माझे तोंड बंद करतो. परवा स्वारी म्हणाली,

'मला डॉक्टर व्हायचं असतं, तर मी मेडिकल कॉलेजातच गेलो असतो!'

मागच्या आठवड्यात मी सर्व शिक्षकांच्या समोर एक पाठ घेऊन दाखविला. 'बाहुल्या' म्हणून गोष्ट आहे, ती मी शिकविली. त्या गोष्टीत लहानपणापासून मुलींच्या मनांत वात्सल्य कसे उत्पन्न होते, हे सुंदर रीतीने सूचित केले आहे. माझा पाठ एकाशिवाय साऱ्यांना फार फार आवडला. ते एक गृहस्थ म्हणजे... काशिनाथ!

संध्याकाळी आम्ही दोघे फिरायला गेलो, तेव्हा तो म्हणाला,

'तुझा आजचा पाठ मला मुळीच आवडला नाही!'

मी उत्तर दिले,

'नावडतीचं मीठ अळणी!'

तो हसत हसत म्हणाला,

'आवडतीचं मीठ असलं, तरी ते खारटच लागतं! म्हणे, मुलींच्या मनांतसुद्धा मातृत्वाची भावना उपजत असते! कुठून शोधून काढलंस हे तत्त्वज्ञान?'

"इथून!" हृदयावर हात ठेवून मी त्याला उत्तर दिले.

तो एकदम गंभीर झाला.

त्याचे माझ्यावर प्रेम आहे, पण ते पुरुषाचे प्रेम आहे. माझ्या डोळ्यांनी भविष्यकाळाकडे त्याला पाहताच येत नाही. मला मात्र उघड्या डोळ्यांनीसुद्धा पुढची सुखस्वप्ने पाहता येतात— काशिनाथ प्रोफेसर झाला आहे; त्याच्याइतका हुशार आणि प्रेमळ नवरा मिळाल्यामुळे मैत्रिणी माझी नेहमी थट्टा करीत आहेत; तुम्ही आमच्या बंगल्यात आरामखुर्चीवर काहीतरी वाचीत पडला आहा आणि दोन गोजिरवाणी पिले 'आजोबा, आजोबा' म्हणून तुमच्या हातांतून पुस्तक काढून घेऊन तुमच्या मांडीवर चढत आहेत...

किती वाहवले मी!

काशिनाथ असा थोडासा विचित्र असला, तरी त्याच्या-माझ्या कित्ती कित्ती आवडी एक आहेत म्हणून सांगू? मी सुटीत तुमच्याकडे आले होते तेव्हा शेजारच्या हेडमास्तरांच्या घरी 'पिया मिलन को जाना' हे गाणे ऐकले. इथे आल्याबरोबर मी ते रेकॉर्ड विकत घेतले. माझ्याइतकेच काशिनाथालाही ते आवडते.

माझ्या खोलीत पाऊल टाकले रे टाकले...की तो म्हणतो, 'पुष्पा, पिया मिलन को जाना!' अशावेळी माझ्या मनात येते- आपणही त्याला म्हणावे,

'हे गाणं नुसतं ऐकायचं नाही. तसं वागायला हवं!'

पण काही केल्या हे शब्द माझ्या तोंडातून बाहेरच पडत नाहीत.

माझ्यासारखीच त्याला अस्मानी रंगाची आवड आहे. मला जशी गुलाबापेक्षा रातराणी आवडते, तशी त्यालाही—

कित्ती कित्ती गोष्टींत त्याचे नि माझे जुळते म्हणता! पण...

तुम्ही म्हणाल— ज्या गोष्टीत तुझे नि त्याचे जमत नाही, त्यात मी काय करणार?

दादा, तुम्हाला ठाऊक नाही— काशिनाथाची तुमच्यावर फार भक्ती आहे. कालच त्यांचे एक रहस्य कळले मला. तो तुम्हाला गुरू मानतो. काल मी त्याच्या खोलीत गेले, तेव्हा त्याने झटकन टेबलावरले काहीतरी उचलून ड्रॉवरमध्ये घातले आणि तो घाईघाईने किल्ली फिरवू लागला. मी धावतच गेले आणि म्हटले,

'कुणाची तरी प्रेमपत्रं आहेत वाटतं?'

त्याने होकारार्थी मान हलविली.

तो माझी थट्टा करतोय, हे माझ्या लक्षात आले नाही, असे नाही; पण संशय हा कुसरड्यासारखा असतो. त्याचा ओझरता स्पर्श झाला, तरी माणूस अस्वस्थ होतो.

मी हट्टच धरला, तेव्हा त्याने ड्रॉवर उघडला. आत एक छोटे आल्बम होते. त्याच्यावर लिहिले होते— 'माझे गुरू!'

मी काशिनाथाला म्हटले,

'चांगलाच लबाड आहेस हं! आत नटीचे फोटो ठेवून वर 'माझे गुरू' म्हणून मथळा दिला आहेस वाटतं?''

तो नुसता हसला.

मी ते आल्बम उघडले आणि...

आश्चर्याचा केवढा मोठा धक्का बसला मला!

त्या आल्बममधला पहिलाच फोटो तुमचा होता. शाळेतल्या कुठल्या तरी संमेलनाच्या फोटोतून काशिनाथाने तो कापून घेतला होता. इतके दिवस ही गोष्ट त्याने लपवून ठेवली होती माझ्यापासून. पण—''

वाचता वाचता दादांच्या डोळ्यांपुढले पत्र नाहीसे झाले, त्या जागी काशिनाथ पटवर्धन या तेरा-चौदा वर्षांच्या मुलाची मूर्ती उभी राहिली. त्यावेळी गावात नुकतेच एक सहभोजन झाले होते. त्यात भाग घेतल्यामुळे दादांवर गावातल्या पुष्कळ लोकांनी बहिष्कार टाकला होता. पण दादा त्या बहिष्काराने डगमगून गेले नाहीत.

उलट, त्यांनी बहिष्कार घालणाऱ्यांचा समाचार घेणारे एक जोरदार जाहीर व्याख्यान दिले. त्या व्याख्यानाच्या शेवटी दादा म्हणाले होते,

'प्रत्येक रूढी काहीतरी कारणाने उत्पन्न होते, पण ते कारण नाहीसे झाल्यावर ती रूढी कायम ठेवणे हे मूर्खपणाचे लक्षण आहे. देवाच्या भंगून गेलेल्या मूर्तीची कुणी पूजा करीत नाही! भंगलेली मूर्ती गाडून टाकून तिच्याऐवजी नव्या मूर्तीची स्थापना करणे हेच अशावेळी प्रत्येकाचे कर्तव्य असते!'

एखाद्या डोंगराजवळ जाऊन ओरडल्यावर आपल्या बोलण्याचा मोठा प्रतिध्वनी जसा ऐकू येतो, त्याप्रमाणे त्या व्याख्यानाच्या दिवशी 'देवाच्या भंगून गेलेल्या मूर्तीची कुणी पूजा करीत नाही!' हे वाक्य पुनःपुन्हा दादांच्या कानांत घुमत होते.

त्या दिवशी रात्री आणखी एक चमत्कार घडला. काशिनाथ पटवर्धन या नावाचा दादांचा वर्गातला एक नादार मुलगा त्यांच्या घरी फुले घेऊन आला. त्याच्या तोंडातून शब्द उमटत नव्हते, पण त्याने ती फुले मुकाट्याने दादांच्या पायांवर वाहिली. काशिनाथाला वेडबीड तर लागले नाही ना, अशी दादांना शंका आली. तो घरचा अगदी गरीब होता. एका भिकार खाणावळीत तो जेवत असे, हे दादांना ठाऊक होते. रात्रीची वेळ उपाशी राहायचे ठरवून त्याने ती फुले विकत घेतली, हे जेव्हा दादांना कळले, तेव्हा त्यांचे अंतःकरण गहिवरून आले. काशिनाथ वेड्यासारखा त्यांच्याकडे पाहत बसला होता. दादांनी त्याला काही खायला दिले. त्यांचा निरोप घेऊन जाताना तो दादांना म्हणाला होता,

"मास्तर, आजचं तुमचं ते वाक्य मी मनावर कोरून ठेवलं आहे अगदी. कध्धी कध्धी विसरणार नाही मी ते—

'भंगून गेलेल्या मूर्तीची कुणी पूजा करीत नाही!'"

त्या रात्रीचा हा प्रसंग दादांना वारंवार आठवे. पण तोच काशिनाथ पटवर्धन पुष्पेच्या शाळेत मास्तर असेल, ही कल्पना मात्र तिचे आजचे पत्र वाचीपर्यंत त्यांच्या मनात आली नव्हती!

त्यांना वाटले, दैवाचा खेळ हा बुद्धिबळाच्या डावासारखा आहे. शेवटच्या डावाची तयारी कितीतरी आधी सुरू होत असते. आपल्याविषयी विलक्षण भक्ती बाळगणाऱ्या काशिनाथाचे व पुष्पेचे प्रेम जडावे, ही केवढी आनंदाची गोष्ट! पुष्पा चांगल्या रीतीने पदवीधर व्हावी, म्हणून आपण जवळची सर्व शिल्लक खर्च केली. पण त्यामुळे तिच्या लग्नाचा प्रश्न सुटण्याऐवजी अधिकच बिकट झाला. सुदैवानेच तिची आणि काशिनाथची गाठ पडली म्हणायची! पुष्पा म्हणते, तसा तो थोडासा लहरी असेलही, पण तो काही आपल्या म्हणण्याबाहेर जाणार नाही. त्याने भक्तिपूर्वक आपल्या पायांवर ठेवलेली ती फुले—

पलीकडच्या हेडमास्तरांच्या घरात कुणीतरी ग्रामोफोन लावला. त्या पदाच्या

पार्श्वसंगीतानेच दादांना रोमांचित केले. त्याचे आवडते गाणे होते ते— 'पिया मिलन को जाना!'

गाणे ऐकत दादा खिडकीपाशी उभे राहिले.

अभिसारिकेला कुणीतरी मैत्रीण म्हणत होती,

"चल, चल- लवकर पाऊल उचल... प्रियकराला भेटायला चल... असतील... तुझ्या वाटेत काटे पसरलेले असतील... असेल, मुसळधार पाऊस कोसळत असेल!... पण प्रीती काट्यांना भीत नाही—"

पावसाला दादा मनात म्हणाले,

'माझी पुष्पा मोठी भाग्यवान आहे. काशिनाथ काही माझ्या शब्दाबाहेर जाणार नाही!'

मुंबईला जाऊन दादांनी काशिनाथाला पुष्पेची इच्छा, तिच्या अपेक्षा, सारे सारे सांगितले. त्यांना वाटले होते— काशिनाथ हसत हसत म्हणेल,

'पुष्पेनं उगीच तुम्हाला इथे यायचा त्रास दिला. हे सारं तिनं मला सांगितलं असतं, तरी—'

पण काशिनाथ असे काहीच बोलला नाही. उलट, दादांचे बोलणे ऐकल्यावर त्यांची मुद्रा अधिकच गंभीर झाली.

दादांना वाटले, तो लाजत असावा! आणि त्याने हसत हसत 'तुमच्या प्रश्नाचं संध्याकाळी उत्तर देतो' म्हणून जेव्हा सांगितले, तेव्हा तर त्यांची खात्रीच झाली की, संध्याकाळी काशिनाथाचा होकार येणार. त्या होकारानंतर दोघांना एकान्त मिळावा म्हणून आपण कुठल्या मित्राकडे जाण्याचे नाटक करावे, हेसुद्धा त्यांनी मनात योजून ठेवले.

संध्याकाळी काशिनाथ आला. अस्मानी पातळ नेसलेल्या पुष्पेने चहा दिला, तो त्याने घेतला आणि दादांच्या हातात एक पत्र देऊन तो ग्रामोफोनकडे वळला.

त्याने लावलेली रेकॉर्ड गात होती—

'पिया मिलन को जाना...'

पण पुष्पेचे लक्ष त्या गाण्याकडे नव्हते; दादांच्या हातांतल्या त्या पत्राकडे होते— त्यांच्या चेहऱ्यावर जो निराशेचा काळोख पसरला होता, त्याच्याकडे होते.

दादांनी दिलेले पत्र तिने हातात घेतले.

काशिनाथाने लावलेली रेकॉर्डची दुसरी बाजू गाऊ लागली. 'यूँ दर्द भरे...' आपल्या अंत:करणातूनही तेच करुण स्वर निघत आहेत, असे पुष्पेला वाटले.

काशिनाथाने पत्रात लिहिले होते :

'दादा,

पुष्पेला मी फसविले नाही; जे प्रेम मी तिला देऊ शकणार नाही ते देईन, असे

मी कधी म्हटले नाही.

आमचे एकमेकांवर प्रेम आहे. पण भावी आयुष्याची आमची स्वप्ने? ती अत्यंत भिन्न आहेत. तिला बंगल्यात आयुष्य काढण्यात आनंद वाटेल, मला गोरगरिबांच्या खुराड्यांत काम करण्यात आनंद वाटतो. गोजिरवाणी मुले आणि श्रीमंत नवरा एवढे मिळाले की, ती सुखी होईल; प्रेमळ पत्नी आणि गोजिरवाणी मुले एवढ्याने माझे समाधान होणार नाही.

पुष्पा मला रात्री दहाच्या शोला चल म्हणते, पण मी चालवीत असलेला रात्रीचा वर्ग— त्यात येणारी फाटक्यातुटक्या कपड्यांची, पण जिवंत मनाची माणसे— आमच्या उद्याच्या सुखी जगाच्या कल्पना— या साऱ्या गोष्टी सिनेमातल्या लुटुपुटीच्या प्रेमकथेपेक्षा मला अधिक आवडतात.

मला रूक्ष जीवन कंठायचे नाही; अरसिक राहायचे नाही. मला गाणे आवडते, फुले आवडतात. अस्मानी पातळ नेसून पुष्पाने रातराणीची फुले केसांत खोवली, म्हणजे वाटते : आपण कवी असतो, तर फार बरे झाले असते! पण रूक्ष आणि अरसिक जीवनाइतकेच विलासी आणि रंगेल आयुष्य मला नको आहे. संसारसुखाकरिता समाजसेवेचे ध्येय सोडायची मला इच्छा नाही.

दादा, तुम्ही मला उपदेश कराल—

'पैसे मिळवून काय समाजसेवा करता येत नाही! मी साधा मास्तर असूनसुद्धा हरिजनांच्या हक्काकरिता झगडलो; तुलाही तसं काहीतरी करता येईल.'

माझ्या आयुष्याला वळण लावणारे पहिले गुरू तुम्ही आहात. पण...

दहा-बारा वर्षांपूर्वी तुम्ही जी समाजसेवा केली, ती योग्य असेल. पण आज...

दादा, मुंबईतली लाखो माणसे खुराड्यांतल्या कबुतरांसारखी जगताहेत, खेड्यापाड्यांतली कोट्यवधी माणसे रस्त्यावर सोडलेल्या मांजराच्या पिलांप्रमाणे तडफडताहेत- हे काय असेच चालू द्यायचे?

तुमचे ते वाक्य अजून माझ्या कानांत घुमत आहे—

'भंगलेल्या मूर्तीची कुणी पूजा करीत नाही.'

समाजसेवेची तुमच्या पिढीची कल्पना ही अशीच भंगलेली मूर्ती आहे. पुष्पेची सुखी संसाराची कल्पना हीसुद्धा एक भग्नमूर्ती आहे. या मोडक्यातोडक्या मूर्तींची पूजा करायला माझे मन घेत नाही. मी नव्या मूर्तीची—"

पुष्पेने आसवांनी भरलेल्या डोळ्यांनी वर पाहिले.

पंकज मलिक मधुर स्वराने गात होता आणि काशिनाथ मान डोलवीत होता.

"असतील, तुझ्या वाटेत काटे पसरलेले असतील... असेल, मुसळधार पाऊस पडत असेल, पण प्रीती काट्यांना भीत नाही, पावसाला भीत नाही. चल पुढे चल."

■

दरी आणि डोंगर

आंबोलीच्या घाटातून मोटार भरभर वळणे घेत उतरू लागली. एका बाजूला भव्य खडकाळ डोंगर आणि दुसऱ्या बाजूला खोल विशाल दरी यांच्यामधून जाणाऱ्या त्या मोटारीतल्या पतिपत्नीच्या मनांत काहीतरी गंभीर विचार घोळत असावेत. कारण मैलामागून मैल मागे पडू लागला, तरी एरवी भाटासारख्या बडबडणाऱ्या सौ. वैजयंतीबाईंच्या तोंडून एक अक्षरही बाहेर पडले नाही! आणि बायको एक मिनिट गप्प बसली, तर लगेच आपल्यावर रागावली आहे, अशी समजूत करून घेऊन तिची समजूत घालायला जाणाऱ्या प्रभाकरपंतांनीही पत्नीच्या अबोल्याचे कारण तिला विचारले नाही. सृष्टिसौंदर्यात एक प्रकारचे मधुर संगीत असते. ते ऐकता ऐकता ती दोघे देहभान विसरली होती की काय, कुणास ठाऊक!

घाट संपता संपता प्रभाकरपंत आपल्या तंद्रीतून जागे झाले. त्यांनी पत्नीला विचारले,

"अजून वेंगुर्ले किती लांब आहे?"

"पंचवीस मैल तरी असेल!"

"मघापासून तू अगदी गप्प आहेस, तेव्हा मला वाटलं— ते अगदी जवळ आलंय. कसला विचार चाललाय एवढा?

पतीचा प्रश्न ऐकून वैजयंतीबाई नुसत्या हसल्या.

प्रभाकरपंत म्हणाले,

"मी ओळखू?"

"दुसऱ्याचं मन म्हणजे काही शेअर बाजार नाही! तिथल्या उलाढाली निराळ्या नि दुसऱ्याच्या मनातल्या उलाढाली निराळ्या!"

"ते काही का असेना! तुझ्या मनात काय चाललंय, ते सांगितलं, तर मला काय बक्षीस देशील?"

"माझ्यासारखी नर्स कसलं बक्षीस देणार? फार तर एखादं कडू औषध—"

"नर्सपाशीसुद्धा गोड औषधं असतात हं!"

गाडी चालवणाऱ्या ड्रायव्हरच्या डाव्या गालावर हास्याचा लहानसा तरंग

उठलेला वैजयंतीबाईंना स्पष्ट दिसला. पतीकडे कृत्रिम कोपाने पाहत त्या उद्गारल्या,

"अय्या! एक गोष्ट विसरलेच की!"

"कुठली? ती हिऱ्याची पिन— की ती सेंटची नवी बाटली!"

"ते सारं माझ्या बॅगमध्ये आहे, पण..."

"मग विसरलीस काय?"

"एक कुलूप?"

"कशाला? माझ्या तोंडाला घालायला?"

वैजयंती प्रभाकरपंतांकडे मिस्कीलपणाने पाहत हसली.

प्रभाकरपंत गंभीरपणाने म्हणाले,

"ते कुलूप राहिलं, तर राहिलं! दुसरं आहे की आपल्यापाशी!"

प्रभाकरपंतांचा रोख कशावर आहे, ते चटकन न कळल्यामुळे वैजयंतीबाईंनी भोळेपणाने प्रश्न केला,

"कुठलं?"

प्रभाकरपंतांनी हळूच त्यांच्या ओठांकडे बोट दाखविले आणि ते बाहेर पाहू लागले.

वैजयंतीबाईंच्या मनात आले :

यांनी आपल्या ओठांकडे बोट दाखविले, त्यावेळी ड्रायव्हरचे लक्ष मागे नव्हते म्हणून बरे! नाहीतर मुंबईला परत गेल्यावर त्याने स्वयंपाकीणबाईपासून माळ्यापर्यंत साऱ्यांना ही गोष्ट सांगितली असती! आणि मग—

प्रभाकरपंतांना नेहमीच असली थट्टा करण्याची सवय होती आणि वैजयंतीबाईंना असल्या थट्टेचा क्षणभर राग आला, तरी मागाहून तिच्या आठवणीने त्यांना गुदगुल्याच होत असत. त्या मनात नेहमी म्हणत, समुद्राच्या लाटांचे पाणी नाकातोंडात गेले की, मनुष्याला गुदमरल्यासारखे होते. पण त्याच लाटेवर चढून त्याला पोहता आले, तर त्याला एखाद्या झोपाळ्यावर बसल्यासारखे वाटते. थट्टेचेही तसेच आहे. बाळपण दुःखात गेल्यामुळे आपल्याला थट्टेची गोडी चटकन चाखता येत नाही, हा काही प्रभाकरपंतांचा दोष नाही. नि ते म्हणतात, ते अगदी अक्षरशः खरे आहे नाही का? फार उकाडा होऊ लागला, की मनुष्य पंख्यानेच काय, पण मिळेल त्या वस्तूने— हातरुमालाने, वर्तमानपत्राने, कशानेही वारा घेऊ लागतो. शेअर बाजारातल्या दररोजच्या उलाढालींनी डोके भणाणून गेले, म्हणजे ते घरी येतात नि आपली थट्टा करून त्या आनंदात सारा त्रास विसरून जातात. यात वावगे असे काय आहे?

प्रभाकरपंत अजूनही बाहेरचे सृष्टिसौंदर्य पाहण्याचे ढोंग करीतच होते. त्यांच्या खांद्याला हळूच स्पर्श करून वैजयंतीबाई म्हणाल्या,

"एक माणूस मघाशी अगदी मनकवडं झालं होतं! पण आता..."

प्रभाकरपंत मान वळवून म्हणाले,

"ती काही माझी थाप नव्हती नुसती!"

"मग सांगा पाहू, घाटामध्ये मी अगदी गप्प का बसले होते, ते?"

"तुझी तयारी चालली होती!"

"कसली?"

"व्याख्यानाची! हळदीकुंकवाला जायचं असलं, तरी बायका इंग्लंडला जाण्याची तयारी करण्याइतका वेळ घेतात. तेव्हा वेंगुर्ल्याचा अनाथ बालिकाश्रम तो केवढा व त्याच्या वार्षिक समारंभाला येऊन येऊन किती लोक येणार? पण घरात चार पाहुणे यायचे असोत, नाहीतर चाळीस यायचे असोत, बायकांची धांदल ही उडायचीच! तुझ्यासारख्या शिकलेल्या नि मुंबईत दहा वर्षं काढलेल्या स्त्रीनं एका साध्या व्याख्यानासाठी इतकं गडबडून जायचं काय कारण आहे? नि तू जर या संस्थेची माजी विद्यार्थिनी नसतीस, तर हा व्याख्यानाचा प्रसंगसुद्धा तुझ्यावर आला नसता! पण... अगं, व्याख्यान देण्याइतकं सोपं जगात दुसरं काहीच नाही! जगाच्या बाजारात उपदेशच अधिक स्वस्त असतो!"

वैजयंतीबाईंना हे छोटेसे व्याख्यान सुनावून प्रभाकरपंत मनःपूर्वक हसले. पण त्यांच्यावर मात करण्याकरिता वैजयंतीबाई म्हणाल्या,

"मघाशी मी व्याख्यानाचा विचार करीत होते, हे खरंच नाही मुळी!"

"मग काय घाटातलं सृष्टिसौंदर्य पाहून नर्सबाई काव्य करीत होत्या?"

"हं! पण हे काव्य कल्पनेतलं नाही, अनुभवातलं आहे!"

प्रभाकरपंतांनी भुवया किंचित मुरडून पत्नीकडे पाहिलं. मूक प्रश्न विचारण्याची त्यांची ठरावीक लकब होती ती!

वैजयंतीबाई म्हणाल्या,

"ती दरी नि तो डोंगर पाहून एकसारखं माझ्या मनात येत होतं..."

"काय येत होतं?"

"दादांनी वीस वर्षांपूर्वी जर वेंगुर्ल्याला अनाथ बालिकाश्रम काढला नसता, तर मी आज या वेळी मोटारीतून समारंभाची अध्यक्षा व्हायला निघाले नसते— खेड्यातल्या त्या पडक्या घरात या वेळी खरकटी भांडी घाशीत बसले असते! दुर्दैवानं मला दरीत लोटून दिलं होतं. पण दादांनी मला आपल्या हाताचा आधार दिला नि मी डोंगरावर चढले, अगदी शिखरावर जाऊन बसले. दादा माझ्या आयुष्यात आले नसते, तर—"

वैजयंतीबाईंचा स्वर सद्‌गदित झाला. त्यांच्या डोळ्यांत पाणी तरंगू लागले. पाण्यात बुडणाऱ्या मनुष्याला एखाद्याने वाचवून काठावर आणल्यावर त्याच्या

डोळ्यांतून जी कृतज्ञता ओसंडून वाहत असते, तीच या वेळी वैजयंतीबाईंच्या डोळ्यांत दिसत होती.

पत्नीच्या या भावनावशतेने प्रभाकरपंतांच्या डोळ्यांपुढे तिचे पूर्वचरित्र उभे राहिले. कोकणातल्या एका खेड्यातली बालविधवा सासरच्या जाचाला कंटाळून बाहेर पडली— जीव द्यावा, भीक मागावी, यापेक्षा दुसरे काहीच तिला सुचत नव्हते. भटकता भटकता ती वेंगुर्ल्याला आली. तिथे दादांनी कर्व्यांना गुरू मानून एक अनाथ बालिकाश्रम सुरू केला होता. त्या आश्रमाने या बालविधवेला सांभाळले. शिष्यवृत्त्या मिळवून देऊन नर्स केले. मोटार अपघातात सापडून नर्सिंग होममध्ये आलेल्या प्रभाकरपंतांची शुश्रूषा या नर्सने केली आणि आंब्याच्या मोहोराचे हळूहळू रसाळ फळात रूपांतर व्हावे, त्याप्रमाणे दोघांच्या त्या परिचयातून प्रीती...

वैजयंतीबाई डोळे पुसून बोलू लागल्यामुळे प्रभाकरपंतांच्या डोळ्यांपुढून जात असलेली चित्रमालिका मधेच तुटली.

वैजयंतीबाई म्हणत होत्या,

"दादांना पाहण्याची आपली फार फार इच्छा होती, नाही?"

प्रभाकरपंत हसत उद्‌गारले,

"वर्तमानपत्रात केव्हातरी त्यांचा फोटो पाहायला मिळाला असता, तर ही इच्छा इतकी तीव्र झाली नसती! पण आपला फोटो कुठेही येऊ द्यायचा नाही, ही त्यांची प्रतिज्ञा ऐकल्यापासून..."

"मोठी माणसं अशीच विक्षिप्त असतात!" वैजयंतीबाईंनी हसत हसत उद्‌गार काढले.

आपल्या पत्नीच्या उद्‌गारातला उत्तरार्ध अक्षरश: खरा आहे, अशी प्रभाकरपंतांची लवकरच खात्री झाली. वेंगुर्ल्याबाहेरच्या दादांच्या आश्रमाच्या फाटकापाशी मोटार उभी राहताच एक बुटकी मूर्ती पुढे आली. त्या स्वारीचा पंचा जेमतेम गुडघ्यांपर्यंत पोहोचत होता. दाढी बरीच वाढली होती. इतकेच नव्हे, तर काळ्या-पांढऱ्या केसांच्या मिश्रणामुळे ती वाढलेली दाढी अगदी विचित्र दिसत होती आणि पुढलेच दोन दात पडले असल्यामुळे त्या व्यक्तीचे स्मित विकट हास्यासारखे भासत होते.

वैजयंतीबाईंनी दादांना वाकून नमस्कार केला. अर्थात प्रभाकरपंतांनाही त्यांना नम्रतेने नमस्कार करावा लागला. पण नमस्कार करता करता एक गोष्ट त्यांच्या मनात आल्यावाचून राहिली नाही. दादांनी आपला फोटो कुठेही येऊ द्यायचा नाही, अशी जी प्रतिज्ञा केली आहे, तिच्या मुळाशी विनय नाही, तर कुरूपपणा आहे. असल्या गृहस्थाचा फोटो कुठे छापून आला, तर त्याच्या आश्रमाला देणगी देण्याची इच्छासुद्धा कुणाला होणार नाही.

मुंबईबाहेर कधीही न पडलेल्या प्रभाकरपंतांना दादांच्या मूर्तीइतकेच आश्रमातले जीवनही सौंदर्यशून्य वाटले. फराळाच्या वेळी पत्रावळीची एक चोय घासाबरोबर तोंडात गेल्यामुळे तर ते अधिकच अस्वस्थ झाले.

आश्रमाच्या साऱ्या इमारती मातीच्याच होत्या. इतकेच नव्हे, तर कोट नसल्यामुळे फाटक्या सदऱ्याने एखाद्या दरिद्र्याची दु:स्थिती जशी चटकन नजरेला यावी, त्याप्रमाणे गिलावा नसल्यामुळे त्या मातीच्या भिंतींना पडलेल्या भेगा आश्रमाच्या परिस्थितीवर पूर्ण प्रकाश पाडीत होत्या.

प्रभाकरपंतांच्या मनात आले—

आपण डोंगर पाहायला आलो नि दरीत पडलो, हेच खरे! दादांमध्ये आकर्षक असे काहीच नाही! या माणसाला मुंबईत नेऊन सोडले, तर-

त्यांनी वैजयंतीकडे पाहिले. ती दादांशी बोलण्यात रंगून गेली होती. दादा चालता चालता लहानसहान गोष्टी तिला दाखवीत होते; नि नवे खेळणे मिळाले की, एखादे लहान मूल जसे आनंदाने नाचते, त्याप्रमाणे वैजयंती त्या पाहून मोठ्या उत्साहाने फुलून जात होती.

गोठ्यापाशी येताच डोक्यावर गंधासारखी एक पांढरी रेघ असलेल्या काळ्या गाईकडे बोट दाखवीत दादा म्हणाले,

"हिची आठवण तू काही विसरली नसशील?"

खो-खो हसत पतीकडे वळून वैजयंती म्हणाली,

"या गाईची पूजा करायला हवी तुम्ही!"

प्रभाकरपंतांनी रूक्षपणाने विचारले,

"इथे गोशाळाही आहे वाटतं?"

त्यांच्या बोलण्यातली खोच त्यांच्या पत्नीच्या लक्षात आली नाही. आपल्या आश्रमजीवनातल्या अनंत मधुर आठवणींच्या झुल्यावर बसून तिचे मन झोके घेत होते. ती हसत हसत म्हणाली,

"मी आश्रमातून गेले, तेव्हा ही मारकट कालवड दादांनी नुकतीच आणली होती. एके दिवशी ही माझ्यामागं लागली नि मला पळता भुई थोडी झाली. त्या दिवशी हिनं माझा प्राण घेतला नाही, म्हणून मी तुम्हाला मिळाले, नाहीतर..."

वैजयंतीबरोबर दादा हसले, पण प्रभाकरपंत मात्र घुमेच राहिले.

पलीकडेच माडांची दहा-वीस झाडे होती. वैजयंती त्यांच्याकडे मोठ्या आपलेपणाने पाहू लागली. दादांकडे पाहत ती म्हणाली,

"हे सारे माड लहान होते, तेव्हा मी पाणी घातलंय यांना— तेव्हा यांनी आता मला शहाळ्यातलं गोड गोड पाणी द्यायला हवं."

प्रभाकरपंत मनात म्हणत होते— माणसाचे मन रबरी फुग्यासारखे आहे. एरवी

ते कसे सुरकुतून पडलेले असते. पण आत कसले तरी वारे शिरले की, त्याच्या सुरकुत्या कुठल्या कुठे नाहीशा होतात— जणूकाही जादूने एखाद्या मोडक्या बैलगाडीचे विमान व्हावे, तसा चमत्कार मग घडून येतो. आज वैजूचे तसेच झाले आहे. ती काय करील आणि काय नाही—!

प्रभाकरपंतांची ही शंका सभेच्या वेळी पूर्णपणे खरी ठरली. आश्रमाला देणगी म्हणून शंभर रुपये द्यायचे, असे मुंबईहून निघताना दोघेही ठरवून आली होती. पण सभेत बोलता बोलता वैजयंती आपले भान विसरून गेली आणि टाळ्यांच्या कडकडाटात तिने पाचशे रुपयांची देणगी जाहीर केली!

साऱ्या दिवसाच्या श्रमाने असो अगर खेळून खेळून मूल झोपी जाते, तशी स्थिती झाल्यामुळे असो, रात्री खोलीत पाऊल टाकताच वैजयंतीने अंथरुणावर अंग टाकून डोळे मिटले.

प्रभाकरपंतांनी विचारले,

"इतक्यात झोप आली तुला?"

वैजयंतीच्या जांभईनेच त्यांच्या प्रश्नाचे उत्तर दिले.

प्रभाकरपंत म्हणाले,

"आपल्याला नाही बुवा झोप येत! इथे धड एक कॉटसुद्धा नाही! समोर भिंतीकडे पाहावं, तर साऱ्या भेगाच भेगा!"

वैजयंती मृदू स्वराने म्हणाली,

"हळू बोलावं जरा! पलीकडेच दादांची खोली आहे!"

"असेना!" प्रभाकरपंत मघापेक्षाही मोठ्या स्वराने उद्गारले, "तुझे दादा म्हणजे काही हिटलर किंवा मुसोलिनी नव्हेत!"

आता मात्र वैजयंती अंथरुणात उठून बसली. प्रभाकरपंतांकडे खट्याळपणाने पाहत तीही मोठ्याने उद्गारली,

"दादांचा आपल्याला इतका राग का आलाय, ते मला ठाऊक आहे! त्यांनी आपली चोरी केली आहे!"

भिंतीकडे पाहत प्रभाकरपंत म्हणाले,

"जरा हळू बोल. पलीकडच्या खोलीत हे दादांना ऐकू गेलं तर—"

"गेलं तर गेलं! दादा म्हणजे काही हिटलर किंवा मुसोलिनी नव्हेत!"

आता मात्र प्रभाकरपंतांना हसू आवरेना. ते हसत हसत म्हणाले,

"दादांनी माझे चारशे रुपये नेले, हे खरं. पण त्यात त्यांचं असं काहीच कौशल्य नाही. तू जर फितूर झाली नसतीस— वेड्यासारखी सभेत एकदम पाचशे रुपयांची देणगी बोलून गेलीस!"

''शंभर रुपये अगदीच कमी वाटायला लागले मला! मी म्हणते, गेले तर गेले पाचशे रुपये. पावसाळ्यात डोंगरावरलं पाणी दरीत वाहत जातं ना? मन भरून आल्यामुळे मी ती देणगी तशीच बोलून गेले. पुन:पुन्हा आपण इथे थोडीच येणार आहोत! तेव्हा...''

उकडत असल्यामुळे अंगावर पांघरूणसुद्धा न ओढता वैजयंतीने डोळे मिटून घेतले. प्रभाकरपंतही दिवा बारीक करून आपल्या अंथरुणावर लवंडले. पावसाळ्यातल्या कुंद हवेने मनुष्य जसा उदास होऊन जातो, तशी आश्रमातल्या, सर्व दरिद्री दृश्यांनी त्यांची स्थिती झाली होती. निद्रेचा मधुर स्पर्श झाल्यावर ते मनात म्हणाले,

''डोंगर नि दरी यांच्यात इतकं अंतर असायचंच!''

सुमारे साडेअकरा वाजता वैजयंती एकदम दचकून जागी झाली. झोपल्यापासून तिला एकसारखी स्वप्नेच पडत होती. ती सारी स्वप्ने म्हणजे तिच्या अंतर्मनाने पाहिलेला तिच्या गत आयुष्यातला चित्रपटच होता. ती जागी झाली, तेव्हा तिला असलेच एक स्वप्न पडत होते. त्या स्वप्नात आपण नि आपली मैत्रीण भुताच्या भयाने एकमेकींना बिलगून कशा झोपत होतो, हे तिला दिसले होते. दादांनी गावाबाहेरच्या एका ओसाड जागी— ती जागा फुकट मिळाली म्हणून— आपला आश्रम बांधला होता. पण त्या जागेची भुताटकीविषयी फार प्रसिद्धी होती. स्वप्नात या साऱ्या जुन्या आठवणी मनात घोळत असतानाच वैजयंतीला काहीतरी वाजल्यासारखे वाटले. तिने दचकून डोळे उघडले. पलीकडे प्रभाकरपंत स्वस्थ झोपले होते. बाहेरही सारे शांत होते.

अंगावर पांघरूण ओढण्याकरिता ती किंचित उठली—

इतक्यात—

पांघरुणावरला तिचा हात जिथल्या तिथेच राहिला.

बाहेर कुणाची तरी पावले वाजत होती.

दहा वर्षांपूर्वी ऐकलेल्या भुतांच्या साऱ्या गोष्टी एका क्षणात तिला आठवू लागल्या.

ती कान देऊन ऐकू लागली. पावले एकसारखी वाजत होती. एकदा ती खोलीच्या दरवाजावरून उजव्या बाजूला गेल्यासारखी वाटत, पुन्हा ती थोड्या वेळाने दरवाजावरून डाव्या बाजूला जात.

तिच्या मनात आले— इतक्या अपरात्री ही विचित्र शतपावली कोण करीत बसणार?— आजच्या समारंभाच्या दगदगीने सारे लोक दमून गेले आहेत. काल रात्री कुणालाही झोप मिळाली नाही, असे त्या मास्तरीणबाई म्हणतच होत्या की! मग—

बाहेरची पावले अधिक जोराने वाजू लागली. वैजयंतीचे मन भीतीने भरून गेले.

प्रभाकरपंतांच्या अंथरुणाजवळ जाऊन त्यांना हलवून जागे करीत ती म्हणाली, "ऐकलं का?"

वैजयंती दररोज सकाळी प्रभाकरपंतांना उठवायला जाई, तेव्हा तिचे पहिले वाक्य हे असे—

"ऐकलं का? सात वाजले!"

त्यामुळे इतक्यात सात कसे वाजले, याचे आश्चर्य करीतच प्रभाकरपंतांनी डोळे उघडले. पण वैजयंतीच्या मुद्रेकडे लक्ष जाताच ते एकदम उठून बसले.

त्यांनी प्रेमळ स्वराने विचारले,

"काय होतंय तुला?"

वैजयंतीने दाराकडे बोट दाखविले.

प्रभाकरपंत ऐकू लागले— पावले वाजत होती!

त्यांच्या मनात आले— गावाबाहेरच्या दरिद्री आश्रमात आज दोन श्रीमंत पाहुणे आले आहेत म्हणून कुणी चोरबीर तर आला नसेल ना? लगेच त्यांना आपल्या शंकेचे हसू आले. चोरी करायच्या बेताने आलेला मनुष्य आपल्या पावलांचा आवाज ऐकू येऊ नये म्हणून काळजी घेईल की, खोलीवरून घोंगावणाऱ्या वाऱ्यासारखा एकसारखा फिरत राहील?

प्रभाकरपंत हळूच उठून दाराजवळ गेले. वैजयंतीही भीतभीत त्यांच्यामागून गेली. प्रभाकरपंतांनी कडी काढून दार उघडायला नि बाहेर फिरणारी ती व्यक्ती त्याच वेळी दारासमोर यायला गाठ पडली. पतिपत्नीच्या तोंडून एकदम आश्चर्याचा उद्गार बाहेर पडला—

"कोण? दादा?"

दादा थांबले. लगेच दोघांकडे हसून पाहत ते म्हणाले,

"माझ्या फिरण्यानं तुमची झोपमोड झाली वाटतं? माफ करा हं! दररोजच्या सवयीप्रमाणं मी फिरत होतो..."

वैजयंतीने आश्चर्याने विचारले,

"म्हणजे? दररोज या वेळी तुम्ही असेच फिरत राहता?"

"नाहीतर दुसरं काय करणार?"

"पण दिवसा इतकं काम केल्यावर—"

"कितीही काम केलं, तरी मला झोप येतच नाही. एक-दोन वाजून गेले- पहाटेचा गार वारा सुटला, म्हणजे मग माझा डोळा लागतो."

प्रभाकरपंतांनी सूचना केली,

"मग उद्या आमच्या गाडीतनंच मुंबईला चला की, कुणातरी चांगल्या डॉक्टरला प्रकृती दाखवू या."

दादा हसत म्हणाले,

"हा शरीराचा रोग नाही, प्रभाकरपंत— मनाचा आहे."

पहिली बायको वारल्यावर पुन्हा स्वत:चा संसार मांडायचा नाही, असा निश्चय करूनच दादांनी आश्रमाची स्थापना केली होती, हे पत्नीकडून प्रभाकरपंतांना कळले होते. त्यामुळे दादांची झोप कुठल्या तरी मानसिक काळजीमुळे नाहीशी झाली आहे, हे कळताच त्यांना विलक्षण आश्चर्य वाटले. दादांच्या मनाचा राग जाणून घेण्याचे कुतूहल मनात उत्पन्न झाल्यामुळे ते म्हणाले,

"रोग शरीराचा असो, नाहीतर मनाचा असो, तो काही उगीच होत नाही!"

दादा नुसते हसले.

दादा आपणहून पुढे काही बोलू इच्छित नाहीत, हे ओळखून प्रभाकरपंत म्हणाले,

"पण तुमच्या या रोगाला काहीतरी कारण..."

"कारण?" दादा प्रभाकरपंतांकडे रोखून पाहत म्हणाले. त्यांच्या दृष्टीत एवढी तीव्रता असेल, अशी आतापर्यंत प्रभाकरपंतांना कल्पना आली नव्हती!

दादा शांतपणाने बोलू लागले,

"रागावू नका हं! माझ्या रोगाचं कारण तुमच्यासारखी माणसं आहेत!"

आपण दिलेल्या पाचशे रुपये देणगीचे उपकार हा बावळट दाढीवाला लगेच फेडीत आहे, असा एक विचित्र विचार प्रभाकरपंतांच्या मनात येऊन गेला. पण—

दादांचा आवाज किंचित मोठा झाला होता. ते म्हणाले,

"वीस वर्षांपूवी मी ही संस्था स्थापन केली. रक्ताचं पाणी करून मी ती नावारूपाला आणली. आईला आपल्या मुलाबद्दल वाटत नसेल, इतकी माया या संस्थेबद्दल मला वाटते. पण— माझे हातपाय थकत चालले आहेत; संस्थेचा पसारा वाढत असला, तरी तिला मिळणारी मदत मात्र कमी होत आहे." वैजयंतीकडे पाहत ते म्हणाले, "ही ज्या स्थितीत आश्रमात आली, त्याच स्थितीत असलेल्या मुली आज मला आश्रमाच्या दारातून परत लावाव्या लागत आहेत. द्रव्यबळ नाही नि मनुष्यबळ तर नाहीच नाही! संस्थेतून बाहेर गेलेल्या मुलींपैकी पुष्कळांचं आयुष्य सुखाचं झालंय. कुणाला चांगली नोकरी आहे, कुणी चांगला संसार थाटलाय; पण संस्थेच्या संसाराकडे त्यांच्यापैकी एकीचंही लक्ष नाही. आश्रमानं त्यांना खोल दरीतून उंच डोंगरावर जाण्याचा मार्ग दाखविला, पण तो कशाला? त्यांनी दरीत पडलेल्या दुसऱ्या अनाथ जीवांना त्या वाटेनं वर न्यावं म्हणून! पण... पण जी माणसं दुर्दैवानं डोंगरावर चढतात, ती पुन्हा खाली दरीत उतरतच नाहीत!"

दादांचे बोलणे ऐकता ऐकता वैजयंतीने तोंड फिरविले. ते लक्षात येताच दादा तिच्याजवळ येऊन म्हणाले,

"मुली, तुला वाईट वाटावं, म्हणून मी बोललो नाही हं! जा, स्वस्थ झोप जा."

पतिपत्नी आत गेली. पण पहाटेपर्यंत त्या दोघांनाही झोप आली नाही. त्यांच्या कानांत एकसारखे एकच वाक्य घुमत होते :

"जी माणसं सुदैवानं डोंगरावर चढतात, ती पुन्हा खाली दरीत उतरतच नाहीत!"

■

अनामिका

रविवारी संध्याकाळी दवाखान्याला सुटी द्यायचे आम्ही डॉक्टर लोकांनी ठरविल्यापासून रोग्यांचा फायदा झाला की तोटा झाला, ते देव जाणे! खुद्द मी आणि दवाखान्यातील नर्स, कंपाउंडर वगैरे मंडळी या अर्ध्या सुटीवर बेहद्द खूश होतो. ते केविलवाणे चेहरे, तो औषधांचा उग्र दर्प, तो थर्मामीटरमध्ये नेहमी चढणारा ताप, स्टेथॉस्कोपमधून ऐकू येणारे ते धोक्याचे आवाज, ड्रेसिंग-रूममधले ते कण्हणे— आठवड्यातून साडेसहा दिवस या वातावरणात काढणाऱ्या मनुष्याला अर्धा दिवस मित्रमंडळींच्या सहवासात गप्पा, नाहीतर पत्ते झोडण्यात किंवा आरामखुर्चीवर निवांत बसून सिगारेट ओढण्यात केवढा आनंद वाटतो, याची इतरांना कदाचित कल्पनाही येणार नाही. मला मात्र नेहमीच वाटते— माणसाला पोटाचा धंदा— मग तो किती का पवित्र असेना— हा एक प्रकारचा तुरुंगच असतो! आणि तुरुंगातून, तात्पुरते का होईना, बाहेर पडणे कुणा कैद्याला नको असते?

मात्र या अर्ध्या दिवसाच्या सुटीविरुद्ध सर्व डॉक्टरांच्या घरात एकेक व्यक्ती होती. ती व्यक्ती म्हणजे प्रत्येकाची पत्नी. रविवारी संध्याकाळी डॉक्टरमंडळी घरी राहायला लागल्यापासून त्या दिवशी प्रत्येकाचे घर म्हणजे एक छोटा क्लबच होऊन जाई. एरवी दोन ते चारच्या दरम्यान चहाचे चार-पाचच जादा पेले लागतात! पण रविवारी संध्याकाळी मात्र— आमच्या घरचीच गोष्ट सांगतो— दोन-तीन वेळा मिळून साठ-सत्तर पेले तरी चहा होऊ लागला. माझी पत्नी वारंवार म्हणू लागली,

"रविवारी संध्याकाळी आपल्याकडे कपबश्या एकसारख्या वाजत असतात, रस्त्यानं जाणाऱ्या-येणाऱ्याला वाटायचं, डॉक्टरी चालत नाही, म्हणून हॉटेलबिटेल उघडलंय, की काय यांनी हल्ली!"

तिच्या या टोमण्याच्या आड स्त्रीची संसारदक्षता मूर्तिमंत उभी आहे, हे मला दिसे. त्यामुळे मी तिचे असले बोलणे नेहमीच हशावारी नेई. पण विरुद्ध पक्षाने अहिंसेचे व्रत स्वीकारले, म्हणून हिटलरसारखी माणसे थोडीच गप्प बसतात! रविवारी माझ्याकडे येणाऱ्या मंडळींची यादी हातात असल्याप्रमाणे ती एकेकाचे नाव घेई आणि म्हणे,

"हा तुमचा कधीपासनं मित्र झाला? याची नि तुमची केवढी मैत्री आहे, सांगू? चहापुरती! हा आपल्या आळीत राहतो, म्हणून याची ओळख झाली, नाहीतर..."

हिंदुस्थानात दोन टकळ्या अशा आहेत की, त्यांना विरोध करणे सर्वथैव अशक्य आहे! पहिली गांधींची नि दुसरी बायकोची!

रविवारच्या आगंतुक मित्रांची यादी वाचता वाचता तिने दामुअण्णाचे नाव काढले की, मग मात्र माझ्याच मौनव्रताचा भंग होई. दामुअण्णा दरिद्री होता, कुठल्या तरी पुस्तकाच्या दुकानात काम करून महिना पंधरा-वीस रुपये मिळवणारा कारकून होता, आमच्या आळीतल्या अगदी पडक्या घरात तो राहत होता, त्याची एकुलती एक मुलगी कसला तरी विटका परकर नेसूनच शाळेला जात असे, त्याच्या वाढलेल्या दाढीतले काळ्या आणि पांढऱ्या केसांचे मिश्रण कसेसेच दिसे, हे सारे खरे होते. पण रविवारी संध्याकाळी तो आमच्या घरच्या मैफलीत सामील होई तो चहा प्यायला, पत्ते खेळायला किंवा डॉक्टरांशी आपली दोस्ती आहे, हे दाखवायला नव्हे! तर रविवारची सर्व वर्तमानपत्रे वाचायला, इलस्ट्रेटेड वीकली, चित्रा, नवयुग, धनुर्धारी वगैरे वर्तमानपत्रे जवळ घेऊन तो माडीवरल्या कोपऱ्यात वाचायला बसला... की मला देवळाच्या कोपऱ्यात पोथी वाचीत बसलेल्या संन्याशाची आठवण होई. पत्ते खेळणाऱ्या मंडळीत 'मॅरेज'चा आनंद साजरा होई, 'लग्न मोडलं,' म्हणून कुणीतरी रुक्मीच्या आवेशाने ओरडे, सिगारेटच्या धुरामुळे आपण पावसाळी हवेत खंडाळ्याच्या घाटातून चाललो आहो, असा भास उत्पन्न होई, पण दामुअण्णाचे यापैकी कशाकडेही लक्ष नसे. फार आग्रह केला, तरच तो चहा घेई! आणि तोसुद्धा एकदा!

आणि म्हणूनच आमच्या घरी रविवारी संध्याकाळी जमणाऱ्या भुतावळात माझी पत्नी त्यांचे नाव घालू लागली की, मी म्हणे,

"हे भूत नाही. हा देवमाणूस आहे!"

माझा उद्‌गार ऐकून ती हसली की, दामुअण्णाचे कर्णोपकर्णी ऐकलेले पूर्वचरित्र मी तिला सुनावीत असे. तो मॅट्रिक झाला, तेव्हा त्याला कारकुनाची चांगली नोकरी मिळत होती म्हणे! पण काहीतरी समाजसेवा करायची म्हणून तो कोकणातल्या आपल्या खेड्यात गेला. तिथे तीन-चार यत्तांची इंग्रजी शाळा त्याने सात-आठ वर्षे चालविली. शाळा मोडल्यावर त्याने एक लहानसा छापखाना काढला. देशी कागद आणि देशी शाई वापरण्याच्या निश्चयामुळे त्याच्या छापखान्याला धंदा या दृष्टीने कधीच बरकत आली नाही. शेवटी छापखाना विकून त्याने पोटासाठी एका पुस्तकांच्या दुकानात नोकरी धरली.

दामुअण्णा देवमाणूस आहे, हे सिद्ध करण्याकरिता मी हे व्याख्यान सुरू केले की, माझी पत्नी एकाच वाक्याने त्याचा समारोप करी,

"असल्या माणसाला बावळट म्हणतात जगात!"

तिचे हे मत अधूनमधून मलाही खरे वाटे. कालचीच गोष्ट! आमच्या रविवार मंडळाने दामुअण्णावर चारी बाजूंनी कुचेष्टेचा हल्ला चढविला नि दामुअण्णा त्या हल्ल्याला तोंड देऊ लागला, तेव्हा बायकोचे हे वाक्य आठवून मी मनात म्हटले,

'हा गृहस्थ बावळट आहे, हेच खरं!'

ते असे झाले!

एक अवघड बाळंतपण संपवून दुपारी तीन वाजता मी घरी परत आलो होतो. सारे अंग दुखत होते. मनावर एक प्रकारची ग्लानी आली होती. त्यामुळे चार घास खाऊन मी माडीवर आलो नि खेळण्यासाठी माझी अपेक्षा करीत बसलेल्या मंडळींना म्हटले,

"अगदी कंटाळलोय मी आज! आरामखुर्चीत जरा स्वस्थ पडतो."

खिडकीजवळच्या आरामखुर्चीतून भरून आलेले बाहेरचे आभाळ मला दिसत होते. किती मलूल! प्रसूतिवेदना सोसणाऱ्या दुपारच्या स्त्रीच्या चेहऱ्याची मला एकदम आठवण झाली. तिचे कण्हणे— बाहेर ढग केवढ्याने गडगडत होते! अधूनमधून ती दुपारची बाई अशी थरथर कापे— अंगाला झोंबणारे वारे बाहेर नुसते भिरभिरत होते.

मी मुद्दाम उठून पाहिले. वीज कुठेच चमकत नव्हती. आभाळ नुसते घुंगट घालून बसले होते.

मी वळून पाहिले.

मला खेळावेसे वाटत नसल्यामुळे आमचे मंडळही बाहेरल्या आभाळाप्रमाणेच उदास झाले होते.

मी आत मान वळविताच सर्वजण ओरडले,

"डॉक्टर! ते काही नाही, फक्त एकच गडी हवाय आम्हाला!"

कोपऱ्यात दामुअण्णा एका मासिकाचा ताजा अंक वाचीत बसला होता. त्याच्याकडे मी हळूच बोट दाखविले.

लगेच साऱ्या मंडळींनी दामुअण्णाला वेढा घातला.

पण पानपतच्या युद्धात एकट्याने लढणाऱ्या सदाशिवरावभाऊप्रमाणे दामुअण्णाने शांतपणाने आपले वाचन सुरू ठेवले.

त्याला खेळात ओढणे अशक्य आहे, हे दिसताच एकाने विचारले,

"काय वाचताय हो, दामुअण्णा?"

दुसऱ्याने उत्तर दिले,

"प्रेमकथा असेल एखादी. त्यानं तिचा लुसलुशीत हात आपल्या हातात घेतला आणि तिच्या रसरशीत—"

"थू!" असा आवाज आला.

एकदम भलामोठा हशा उसळला.

'थू!' हा त्या प्रेमकथेचा निषेध नव्हता! पान खाणारे मंडळाचे एक सभासद खिडकीतून बाहेर थुंकत होते.

हशा ओसरताच सर्वांनी दामुअण्णावरील हल्ला पुढे सुरू केला.

"कसलं वाचन चाललंय एवढं, दामुअण्णा?"

मान वर न करताच दामुअण्णाने उत्तर दिले,

"अविस्मरणीय व्यक्ती!"

भुताच्या हातात कोलीत द्यावे, तसे झाले. दामुअण्णाच्या आयुष्यातली अविस्मरणीय व्यक्ती कोण असावी, याचीच चर्चा सुरू झाली. एक म्हणाला,

"कोकणात शाळा काढली होती ना यांनी? त्यातलं एखादं शेंबडं पोर हीच यांच्या आयुष्यातली अविस्मरणीय व्यक्ती!"

दुसऱ्याने शंका काढली,

"शेंबडं पोर या शब्दानं घोटाळा होतोय! शेंबडा मुलगा की शेंबडी मुलगी, ते दामुअण्णांनी स्पष्ट सांगायला हवं!"

तिसरा म्हणाला,

"यांचा छापखाना होता ना? त्यातला एखादा कंपॉझिटर हीच यांच्या आयुष्यातली अविस्मरणीय व्यक्ती असेल!"

चौथा उद्गारला,

"छट, ज्या नाटक मंडळीच्या जाहिराती दामुअण्णा छापीत होते, तिच्यातली एखादी नटी."

पाचव्याने आगीत तेल ओतले,

"नाहीतर हल्ली दुकानावर पुस्तकं विकत घ्यायला येणारी एखादी कॉलेजकुमारी! दामुअण्णा, तुमच्या आयुष्यातल्या अविस्मरणीय व्यक्तीचं वर्णन ऐकायलाच हवं बुवा!"

हातांतले मासिक मिटून मान वर करीत दामुअण्णा उद्गारला,

"तुमची विनंती मी मान्य करतो!"

राग हा एका दृष्टीने चिखलासारखा असतो! त्याच्यात सापडलेला मनुष्य बाहेर पडण्याकरिता धडपड करू लागला की, तो अधिकच बरबटून जातो.

"तुमची अविस्मरणीय व्यक्ती कोण आहे?" चार-पाच जणांनी दामुअण्णाला एकदम प्रश्न केला.

“एक स्त्री!” त्याने शांतपणाने उत्तर दिले.

सर्वांच्या चेहऱ्यावर आता दामुअण्णाची खूप गंमत करायला मिळणार, अशा अर्थाचे हसे उमटले.

हा साधाभोळा गृहस्थ आयुष्यात क्षणभर चुकून आलेल्या एखाद्या परस्त्रीची हकिकत मनमोकळेपणाने सांगेल आणि ही चटोर मंडळी तिचा भलताच अर्थ करतील, अशी मला भीती पडली. ‘गप बैस’ असे मी दामुअण्णाला डोळ्यांनी खुणावलेसुद्धा! पण प्रेम आणि युद्ध या दोन्हींतही मनुष्य अंधळा होतो, हेच खरे! ‘तुझ्यासारख्याच्या आयुष्यात मनाला चटका लावणारी व्यक्ती कुठून येणार?’ असा उपहासाचा प्रश्न करून बाकीच्यांनी त्याला चिडविले होते. त्या चिडक्या मन:स्थितीत हा भाबडा गृहस्थ एखादे भलतेच रहस्य बोलून तर जाणार नाही ना, या शंकेने माझे मन व्याकूळ होऊन गेले.

कोणीतरी दामुअण्णाला विचारले,

“तुमच्या या सत्यकथेतला नायक कोण?”

‘मी!”

“आणि नायिका?”

“एक वेश्या!”

सारे स्तंभित होऊन दामुअण्णाची हकिकत ऐकू लागले :

“मी मॅट्रिक झालो, तेव्हा माझ्या चुलत्यांच्या वशिल्यानं कारकुनाची एक चांगली जागा मला मिळत होती. पण ती मी पत्करली नाही, हे तुमच्यापैकी पुष्कळांना ऐकून ठाऊक असेल. पुण्याला शाळेत असताना मला टिळक पाह्यला मिळाले. अगदी म्हातारे झाले होते तेव्हा ते. त्यांची व्याख्यानं ऐकायला मिळाली. देशासाठी प्रत्येकानं काहीतरी केलं पाहिजे, एवढं मी त्या व्याख्यानातून शिकलो.

“मॅट्रिक झालेल्या माझ्यासारख्या सामान्य मनुष्याच्या हातून देशाची मोठी सेवा कसली होणार? पण गणपतीची पूजा जशी गुलाबांनी होते, तशी दूर्वांनीही होते, नाही का?”

खूप वाचून मनुष्य थोडाफार लेखक होत असला पाहिजे, असा विचार या वेळी माझ्या मनात आल्यावाचून राहिला नाही!

“कोकणातल्या एका खेड्यात माझं वडिलोपार्जित घर होतं. दोन पिढ्यांत तिथे कुणी राहिलं नव्हतं. मी मनात म्हटलं, वाडवडिलांच्या जन्मभूमीत एखादी तीन-चार यत्तांची इंग्रजी शाळा आपण काढली, तर तिथल्या गोरगरिबांना शिक्षण मिळेल नि आपल्या घरातही दिवा लागेल. खेड्यात माणसाला विशेष असं काय लागतं? दोन वेळचं जेवण नि अंगभर वस्त्र.”

ऐकणारी मंडळी चुळबुळ करू लागली. दामुअण्णाच्या गोष्टीत वेश्या केव्हा प्रवेश करते, असे त्यांना झाले असावे! पण आपले श्रोते अस्वस्थ झाले आहेत याची दामुअण्णाला जाणीवच नव्हती!

"खेड्यात शाळा काढणं हे संन्याशाचं लग्न करण्याइतकंच कठीण आहे. पण पहिल्या उत्साहाच्या भरात मी पडेल ते काम आनंदाने करीत गेलो. मी डोक्यावरनं बाकं नेली, शाळा सारवली, झाडली, मदतीला घेतलेल्या मास्तरांनी नाखूश राहू नये, म्हणून दोन-दोन महिने स्वत:ला पगार घेतला नाही—"

"मग ही शाळा मोडली कशी?"

"खेड्यातल्या भानगडी तुम्हा शहरातल्या लोकांना कळायच्या नाहीत. तिथल्या जमीनदाराच्या मुलीला मी फुकट शिकवायचं नाकारलं, सावकाराला शाळेचा अध्यक्ष केलं नाही, शिमग्यातल्या रोमटात भाग घेऊ नये, म्हणून मुलांची मनं वळविली, एक गावगुंड जत्रेत जुगार खेळून पैसे मिळवी, त्याची पोलिसांना वर्दी दिली— माझी शाळा मोडायला या सर्व सज्जनांनी हातभार लावला!"

"ते जाऊ दे, हो!" एक अधीर श्रोता मधेच म्हणाला, "गोष्ट निम्मी होत आली, पण तुमच्या नायिकेचा पत्ताच नाही अजून!"

दामुअण्णा हसला आणि पुढे बोलू लागला—

"सात वर्षं झाल्यावर शाळा अगदी डबघाईला आली. त्याच वेळी माझं लग्न ठरलं. जवळ तर फुटकी कवडी शिल्लक नाही. नाही म्हटलं, तरी बायकोच्या अंगावर दोन दागिने घालावे लागतात. कापडचोपड, आप्तेष्टांचा जाण्यायेण्याचा खर्च— कमीत कमी चार-पाचशे रुपयांची गरज होती मला! नाइलाजानं सावकाराच्या दारात गेलो. भलतंच व्याज सांगितलं त्यानं! जरूर पडली, तर जमिनीचा तुकडा विकून रक्कम परत करता येईल, असं मनात म्हणत मी ते व्याज कबूल केलं. लग्नासाठी चार दिवसांनी मी निघणार होतो. निघण्याच्या आदल्या दिवशी रक्कम द्यायचं सावकारानं कबूल केलं!"

दामुअण्णा क्षणभर स्तब्ध बसला. अनेक वर्षांपूर्वीचे पुसट होऊन गेलेले ते चित्र त्याच्या डोळ्यांपुढे स्पष्ट उभे राहिले असावे!

लगेच तो हसून म्हणाला,

"त्या सावकारानं आयत्या वेळी मला दगा दिला, हा तर्क तुम्ही केला असेलच. मी मोठ्या पेचात पडलो. सात-आठ वर्षांत त्या खेड्याबाहेर मी पाऊल टाकलं नव्हतं. त्यामुळे एकदम एवढी रक्कम कुठून नि कुणाकडून उभी करायची, हा प्रश्न पडला मला! आई बहुतेक मामांकडेच राहत असे. पण ते फार गरीब होते. पैशाची तयारी आहे, म्हणून मी आईला पत्र पाठवूनसुद्धा चुकलो होतो. तिनं दागिने करायला दिले असतील, कापडबिपड विकत घेतलं असेल, आता मी हात हलवीत

गेलो, तर... त्यावेळी जीव द्यायचा विचारसुद्धा क्षणभर माझ्या मनात येऊन गेला! ती आठवण झाली की, अजून हसू येतं मला.

शेवटी खूप विचार करून मी माझ्या भावी सासऱ्यांना एक तार लिहिली— 'टायफॉइडनं आजारी आहे. लग्न लांबणीवर टाका.'

ही तार करायला स्वत: पोस्टात जावं, तर मास्तर विचारतील, 'टायफॉइड झालेला मनुष्य तार करायला पोस्टात येतो वाटतं? नि तोही चालत!'

काय करावं, या विचारात मी पडलो. इतक्यात तिसऱ्या यत्तेतला बाळकृष्ण शिरोडकर भाजी आणायला जात असलेला दिसला. एका भाविणीचा मुलगा होता तो. त्याचा थोरला भाऊ हा माझ्या शाळेचा अगदी पहिलावहिला विद्यार्थी! मॅट्रिक होऊन मुंबईला नोकरीलासुद्धा लागला होता तो!

मी बाळकृष्णाच्या हातात तार आणि पैसे दिले. तो दृष्टिआड होताच दार लावून विचार करीत मी अंथरुणावर पडलो.

दोन-तीन मिनिटांतच दारावर कुणीतरी टकटक केलं. दार उघडून पाहतो, तो धापा टाकीत असलेला बाळकृष्ण उभा!

"काय रे?" मी प्रश्न केला.

काही न बोलता माझा हात त्यानं आपल्या हातात घेतला आणि तो आनंदानं उद्गारला,

"अंग तर ऊन लागत नाही!"

आता माझ्या लक्षात आलं. इंग्रजी तिसरी शिकणाऱ्या मुलाच्या जिज्ञासेनं बाळकृष्णानं ती तार वाचली. आपले मास्तर टायफॉइडनं आजारी आहेत, हे वाचताच त्या बाळजीवाचा धीर सुटून तो तसाच परत धावत आला.

बाळकृष्णाचं समाधान करण्याकरिता तारेच्या मागं असलेलं रहस्य त्याला सांगणं प्राप्तच होतं. चार शब्दांत ते सांगून मी त्याची बोळवण केली आणि पुन्हा दार लावून अंथरुणावर अंग टाकलं.

त्यावेळी माझं मन किती अंधारून गेलं होतं, याची कुणालाही कल्पना करता येणार नाही. या कुग्रामात शाळा काढून आयुष्याची सात-आठ वर्षं आपण फुकट घालविली, असं मला वाटू लागलं. त्याग, परोपकार, सेवा वगैरे शब्दांना कोशात अर्थ असेल; पण व्यवहारात ते अगदी निरर्थक आहेत, अशी त्यावेळी माझ्या मनाची खात्री होऊन चुकली. ज्या गावात नि:स्वार्थपणानं मी सात-आठ वर्षं काम केलं, त्या गावात माझ्या मदतीला धावून येणारं एकही माणूस असू नये! माझ्या हाकेला ओ देणारी एकही व्यक्ती असू नये!—

दारावर पुन्हा कुणीतरी टकटक करू लागलं. असा राग आला मला त्या माणसाचा! कदाचित बाळकृष्ण तारेची पावती घेऊन आला असेल, असं मनात

म्हणत मी दार उघडलं.

दारात बाळकृष्ण तर उभा होताच, पण त्याच्यामागं एक बाईही— तिचे केस, ओठ, नजर- कुठल्याही वेश्येला मी इतक्या जवळून पाहिलं नव्हतं, त्यामुळे—

"ही माझी आई," बाळकृष्ण म्हणाला.

भरदिवसा एक वेश्या माझ्या दारात उभी होती! भित्र्या नजरेनं मी रस्त्याकडे पाहिलं. कुणाचंच लक्ष माझ्याकडे नव्हतं. मी घाईनं तिला म्हणालो,

"या ना आत!"

त्या बाईला मी बसायला सांगितलं. पण ती कोपऱ्यात उभीच राहिली. आपल्या हातातली मोटली बाळकृष्णाच्या हातात देऊन ती म्हणाली,

"मास्तरांकडे दे!"

कोकणातल्या बायकांना फुलांची आवड फार! आज मी लग्नासाठी जाणार, म्हणून ही बाई भेटीदाखल अबोलीचे वळेसर घेऊन आली असेल, अशी कल्पना ती मोटली पाहून माझ्या मनात आली.

बाळकृष्णानं आणून दिलेल्या रुमालाची गाठ मी याच कल्पनेनं सोडली. पण...

रुमालात अबोलीचे वळेसर नव्हते, सोन्याचे दागिने होते.

मी भांबावून उद्गारलो,

"हे काय?"

तिनं हळूच उत्तर दिलं,

"मास्तरीणबाईचे दागिने!"

ते दागिने परत करण्याकरिता मी उठलो. पण काय बोलावं, हेच मला कळेना. मी खुणेनं बाळकृष्णाला ते दागिने आईकडे परत नेऊन देण्याविषयी सांगितलं.

लगेच ती म्हणाली,

"चार-पाचशेचेच आहेत हे! माझ्यापाशी आणखी असते तर तेदेखील—"

"पण- पण..."

तिनं मला पुढं बोलूच दिलं नाही. ती म्हणाली,

"तुम्ही इथे येऊन शाळा काढली म्हणून माझी दोन्ही पोरं शिकली. चांगली मार्गाला लागली. तुम्ही शाळा काढली नसती तर...! थोरला आता ऐंशी रुपये महिना मिळवतोय— तो दशावतारी खेळात नाचत राहिला असता; नि हा- हा कुदत, काजींनी खेळत नि विड्या फुंकीत गावभर भटकला असता. माझ्या मातीचं सोनं केलंत तुम्ही..."

कंठ दाटून आल्यामुळे तिला पुढं बोलवेना!

माझ्याही डोळ्यांत पाणी उभं राहिलं. ते तिला दिसू नये, म्हणून मी तोंड

फिरवलं. डोळ्यांतले पाणी पुसून मी वळून पाहिलं, तो ती निघूनही गेली होती!''

दामुअण्णा बोलायचा थांबला. पण त्याची दृष्टी काहीतरी विलक्षण रम्य दृश्य पाहत आहे, असा सर्वांनाच भास झाला. बाळकृष्णाच्या आईची मूर्ती त्याच्या डोळ्यांपुढे उभी राहिली असावी!

मी कुतूहलानं दामुअण्णाला विचारलं,

''या बाईचं नाव काय?''

तो हसून उत्तरला,

''नाव? ते मलाही ठाऊक नाही!'' ∎